James Nguyen

Open Glossary
Giải Thích Từ Ngữ Mở Rộng
Tuwhera Kete Kupu
开放词汇表
Percakapan Terbuka

James Nguyen: Open Glossary
James Nguyen: Giải Thích Từ Ngữ Mở Rộng
James Nguyen: Tuwhera Kete Kupu
James Nguyen: 开放词汇表
James Nguyen: Percakapan Terbuka

In collaboration with
Tamsen Hopkinson
Budi Sudarto
Kate ten Buuren
and Chris Xu

Australian Centre for Contemporary Art
16 September – 19 November 2023

Curator: Shelley McSpedden

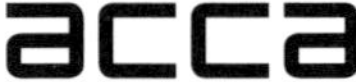

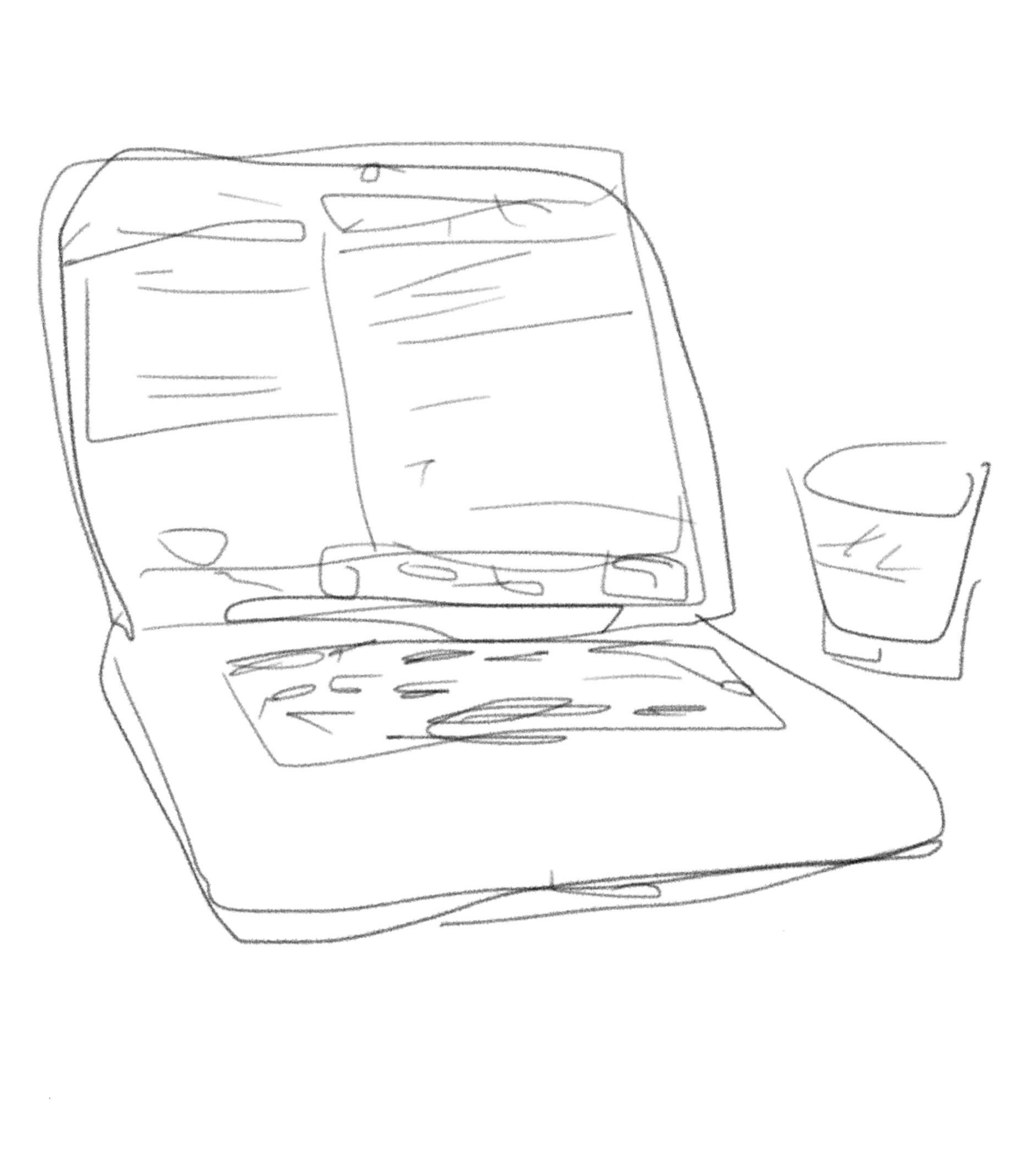

liwiknganjinu burndap bambuth

gulinganjinu ganbuden burndap

bunjil gamadji gulinj birrarungu

gulinjanjinu wurrung wadamba

tổ tiên của chúng ta từ xa xưa

dân tộc ta từ xa xưa

bunjil nổi lên, đưa người đến birrarung

ngôn ngữ của dân tộc ta được đổi mới

Craig Murphy, Brooke Wandin, Daren Wandin, Tahlia Tweedie, Olivia Tweedie, Abby Tweedie, Allira Tweedie

Chúng tôn trọng và cảm ơn

người Wurundjeri và ~~Boon~~

Boon Wurrung ~~của~~ của

đất của giới ta sống

từ ~~đất~~ đất nước của tổ tiên

từ đất nước Kulin

trên mảnh đất ~~đã~~ bị

bừng bị người khác lấy đi

mà không phải nhường.

Nhưng có chúng tôi đang

sống, làm việc, ~~hay~~ ~~là~~

thăm viếng, cũng như
ngày hôm nay chúng tôi
đi từ ~~một~~ nơi khác để
~~đang~~ thăm viếng và
trình diễn ~~các câu chuyện~~
~~và~~ chia sẻ những câu
chuyện.

Contents

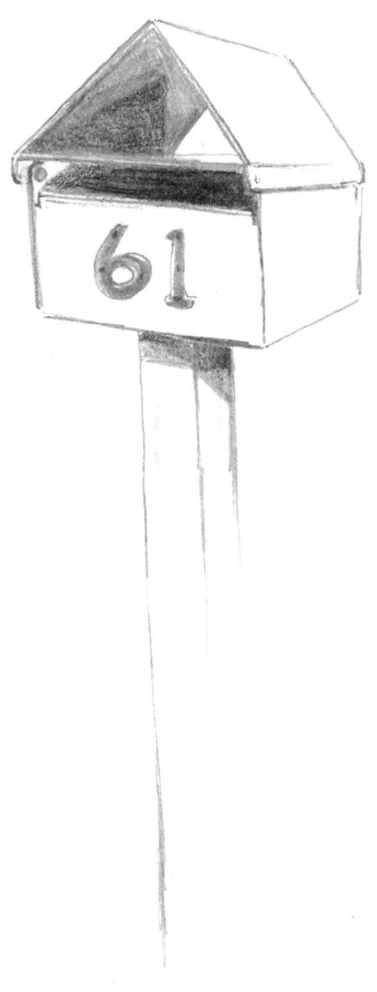

ROADSIDE SPIRIT HOUSE

~~OTHER~~ NEW ROADSIDE SPIRIT HOUSE

Open Glossary

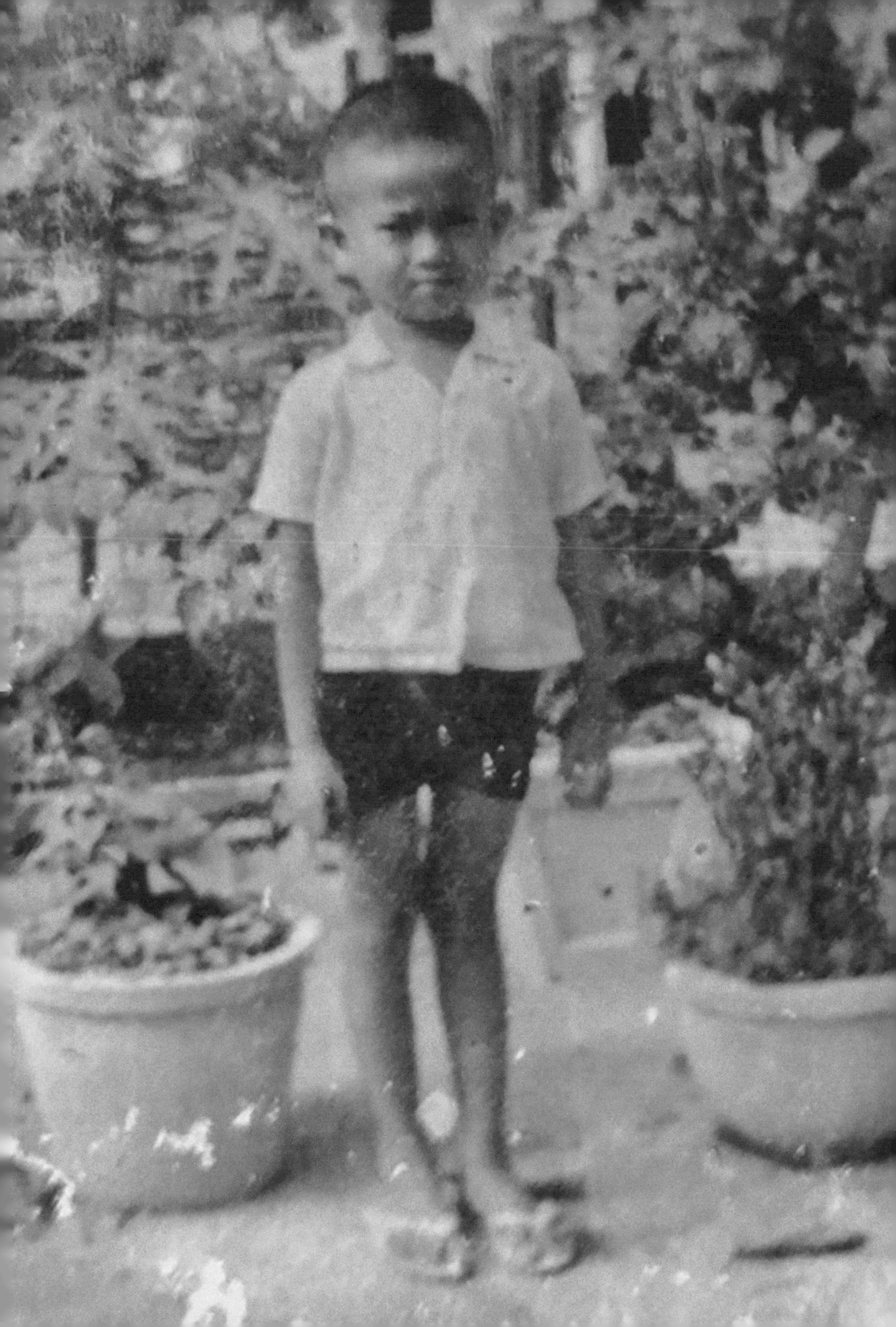

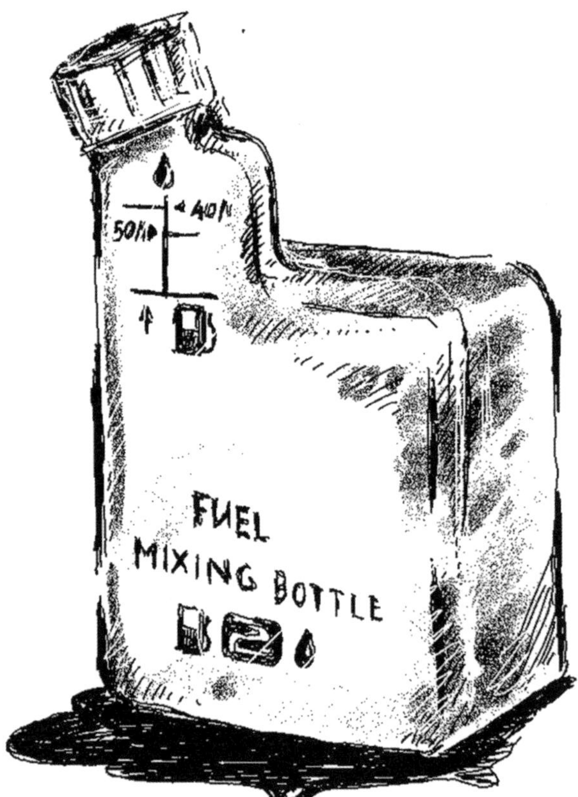

Xăng pha nhớt

= (gasoline mixed with grease)

a slur for dirty fag

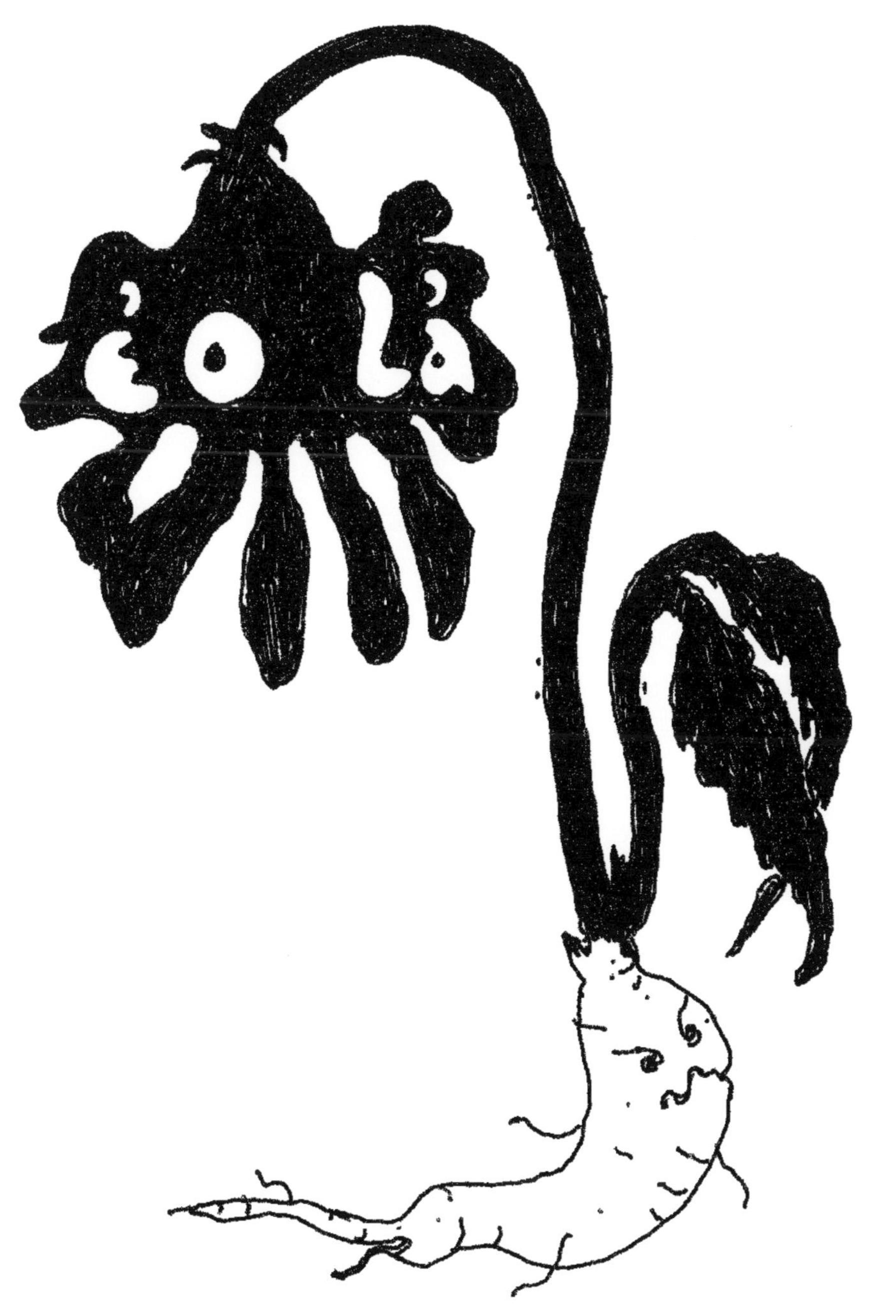

Giải Thích Từ Ngữ Mở Rộng
Budi Sudarto and James Nguyen

Sau khi cân nhắc kỹ lưỡng, chúng tôi đã tạm dừng Bảng Thuật Ngữ Mở (Open Glossary).

Không phải dễ dàng mà chúng tôi đưa ra quyết định này. Chúng tôi đã muốn tạo cơ hội cho những người LGBTIQA+ đa văn hóa và đa tín ngưỡng, cũng như những người da màu chuyển giới và đa dạng giới đóng góp vào việc phát triển bảng thuật ngữ về đa dạng giới bằng nhiều ngôn ngữ của chúng ta.

Chúng tôi muốn tạo một tài liệu kỹ thuật số, liên tục cập nhật để khám phá các thuật ngữ về đa dạng giới của phương Tây trong các ngôn ngữ và nền văn hóa của chúng ta. Chúng tôi biết rằng bản dịch của chúng tôi sẽ không 'hoàn hảo', rằng nghĩa của các từ cần và sẽ tiếp tục phát triển. Chúng tôi đã hy vọng sẽ tạo ra một không gian để các thành viên cộng đồng đóng góp vào bảng thuật ngữ mở này, để chúng ta có thể trò chuyện với nhau, những người LGBTIQA+ không phải người Da trắng-gốc Anh-Châu Âu, và để tìm ra những cách diễn đạt mới về các bản dạng giao nhau nói lên bản năng giới tính, giới tính và các mối quan hệ của chúng ta.

Tuy nhiên, môi trường chính trị gần đây đã cho thấy rằng chúng tôi phải suy nghĩ lại về cách tiếp cận cởi mở này. Đáng buồn thay, lòng căm thù phản đối người chuyển giới đã xâm nhập vào cả cộng đồng LGBTIQA+ và sắc tộc của chúng ta, nơi chúng ta thấy những người theo chủ nghĩa nữ quyền cực đoan loại trừ người chuyển giới (trans exclusionary radical feminist, TERF) tự đứng cùng phía với các nhà lãnh đạo tôn giáo và sắc tộc bảo thủ trong luận điệu phản đối người chuyển giới của họ, truyền bá những quan điểm sai lầm và sai sự thật về cộng đồng người chuyển giới và đa dạng giới tính nói riêng, và đa dạng về bản năng giới tính, bản dạng giới và các mối quan hệ nói chung.

Trong thời gian gần đây, chúng ta đã chứng kiến việc nhắm mục tiêu có hệ thống vào các sự kiện liên quan đến người đa dạng giới và người chuyển giới, dẫn đến nhiều công trình hoặc dự án mới bị hủy bỏ công khai. Chúng ta cũng nhận thấy những nỗ lực không ngừng nhằm chiêu mộ một cách có hệ thống các cá nhân từ các cộng đồng tín ngưỡng và sắc tộc đa dạng của chúng ta để truyền bá các hệ tư tưởng phản đối chuyển giới của phương Tây, nhằm xóa bỏ sự tồn tại của đa dạng giới tính, bản năng giới tính và các mối quan hệ phi dị tính đã tồn tại trong chính các cộng đồng tín ngưỡng và sắc tộc của chúng ta trong nhiều thế kỷ.

Cuối cùng, chúng tôi phải ưu tiên sự an toàn của mọi người. Việc có một bảng thuật ngữ mở có thể khiến chúng ta phải đối mặt với bạo lực có tổ chức và lạm dụng có cơ cấu, sẽ làm tổn hại đến tất cả sự an toàn của chúng ta. Chúng tôi không muốn những người kỳ thị người đồng tính luyến ái, người chuyển giới, người song tính và người đa dạng giới đưa ra những tuyên bố gây tổn hại, tổn thương và phân biệt đối xử trong tài liệu mở của chúng tôi.

Chúng tôi không thể mạo hiểm tạo điều kiện gây tổn hại cho những người vốn đã dễ bị tổn thương do bị cộng đồng của họ gạt ra ngoài lề. Chúng tôi không muốn tạo ra một nền tảng để mọi người gieo rắc sự căm ghét.

Thay vào đó, chúng tôi đã tạo ra một hàng ngũ thiên thần để bảo vệ những bản dạng và lời nói của chúng tôi. Một hàng ngũ thiên thần tạo cho chúng ta sự thoải mái. Một hàng ngũ thiên thần là nơi ẩn náu khỏi nhiều hình thức phân biệt đối xử mà chúng ta gặp phải hàng ngày. Sự bảo vệ của các thiên thần để cho chúng ta niềm hy vọng.

Chúng tôi đang trình bày những thông điệp hy vọng của mình bằng nhiều ngôn ngữ. Chúng tôi muốn thông điệp này được rõ nét. Chúng tôi muốn ai cũng nhìn thấy. Chúng tôi muốn thông điệp này là của chúng ta.

Hận thù sẽ không thể chiến thắng.

Chúng tôi muốn nhắc nhở các cộng đồng sắc tộc về bản năng giới tính đa dạng, giới tính, đặc điểm giới tính sinh học và các mối quan hệ rằng: chúng ta luôn vì nhau.

Chúng tôi muốn nhắc nhở những người LGBTIQA+ người gốc Anh-Da trắng-Châu Âu rằng chúng ta tồn tại không phải như một phần bổ sung, mà là một phần không thể thiếu trong cộng đồng của chúng ta.

Chúng tôi hy vọng trong những thời điểm mất hy vọng.

Chúng tôi muốn đóng góp vào một tương lai nơi các bản dạng giao nhau của chúng ta sẽ không bị sử dụng để chống lại chúng ta, một tương lai mà chúng ta được đánh giá cao bởi các cộng đồng sắc tộc và tín ngưỡng của chính mình, một tương lai mà chúng ta không bao giờ phải lo lắng về sự an toàn của mình và sự an toàn của những người chúng ta yêu thương.

Mặc dù Bảng Thuật Ngữ Mở đang bị tạm dừng nhưng chúng ta vẫn sát cánh cùng nhau để đấu tranh cho sự công bằng, công lý và nhân quyền.

Percakapan Terbuka
Budi Sudarto and James Nguyen

Setelah berpikir panjang, kami menangguhkan acara Percakapan Terbuka.

Keputusan ini kami ambil dengan tidak mudah. Kami ingin menciptakan sebuah peluang bagi LGBTIQA+ multibudaya dan multikeyakinan, serta kaum kulit berwarna quir dan trans untuk berkontribusi ke penyusunan glosarium quir dalam banyak bahasa kita.

Kami ingin membuat dokumen yang hidup dan digital guna menjelajahi terminologi quir Barat di dalam aneka bahasa dan budaya kita. Kami sadar bahwa terjemahan kami tidak akan 'sempurna', bahwa arti suatu kata semestinya dan akan terus berangsur berubah. Kami berharap untuk menciptakan sebuah ruang bagi para anggota komunitas untuk berkontribusi ke glosarium terbuka ini, mengadakan perbincangan di antara kita, LGBTIQA+ non-Kulit Putih-Anglo-Eropa, dan menemukan ungkapan-ungkapan baru di antara identitas-identitas kita yang beririsan, yang mewakili seksualitas, jenis kelamin, dan hubungan kita.

Akan tetapi, iklim politik akhir-akhir ini berarti bahwa kami harus memikirkan ulang pendekatan terbuka ini. Secara memprihatinkan, kebencian anti-trans sudah menyusupi baik komunitas LGBTIQA+ maupun komunitas etnis kita, dengan kita melihat bahwa orang-orang TERF (trans exclusionary radical feminist atau feminis radikal penolak trans) menyelaraskan sikap dengan para pemimpin etnis dan agama yang konservatif dalam retorika anti-trans, menyebarkan pandangan yang sesat dan tidak benar tentang khususnya komunitas beragam trans dan jenis kelamin, dan lebih umumnya seksualitas, identitas kelamin, dan hubungan yang beragam.

Belakangan ini, kita menyaksikan penargetan sistemis terhadap acara-acara seputar quir dan trans yang menyebabkan pembatalan terbuka berbagai karya dan proyek baru. Kami juga sadar akan upaya-upaya baru merekrut dengan sistematis orang-orang dari aneka komunitas etnis dan agama kita yang beragam untuk menyebarkan ideologi anti-trans Barat yang menghapus keberadaan jenis kelamin, seksualitas, dan hubungan non-heteroseksual kita yang beragam, yang sudah ada di dalam berbagai komunitas etnis dan agama kita selama berabad-abad.

Pada akhirnya, kami harus mengutamakan keselamatan satu sama lain. Mengadakan Open Glossary dapat membuat kita terpapar kekerasan terorganisir dan penganiayaan struktural yang akan membahayakan keselamatan kita semua. Kami tidak ingin para homofob, transfob, bifob, dan quirfob multibahasa melontarkan pernyataan-pernyataan yang merugikan, menyakitkan, dan diskriminatif di dalam dokumen terbuka kami.

Kami tidak dapat mengambil risiko memudahkan upaya membahayakan orang-orang yang sudah rentan akibat aneka keterpinggiran mereka yang bertumpang tindih. Kami tidak ingin menciptakan sebuah platform bagi orang-orang untuk menyebarkan kebencian.

Alih-alih, kami sudah membuat sebarisan malaikat untuk menjaga segenap identitas kami dan istilah kami. Sebarisan malaikat yang memberi kami kenyamanan. Sebarisan malaikat sebagai naungan dari banyak bentuk diskriminasi yang kami hadapi setiap hari. Penjagaan para malaikat yang memberi kami harapan.

Kami menyajikan pesan-pesan harapan kami dalam sejumlah bahasa. Kami ingin pesan itu terus terang. Kami ingin pesan itu kasatmata. Kami ingin pesan itu menjadi pesan kita.

Kebencian tidak akan menang.

Kami ingin mengingatkan para komunitas etnis dari seksualitas, jenis kelamin, karakteristik kelamin, dan hubungan yang beragam bahwa kita hadir saling mendukung.

Kami ingin mengingatkan kaum LGBTIQA+ Kulit Putih-Anglo-Eropa bahwa kita ada bukan sebagai pelengkap, tetapi bagian terpadu komunitas-komunitas kita.

Kita penuh asa di masa-mata tanpa asa.

Kami ingin berkontribusi ke sebuah masa depan ketika identitas-identitas kita yang tumpang tindih tidak akan digunakan untuk menyerang kita, sebuah masa depan ketika kita dihargai oleh komunitas-komunitas etnis dan agama kita, sebuah masa depan ketika kita tidak harus mencemaskan keselamatan kita dan keselamatan orang-orang yang kita kasihi.

Walaupun Open Glossary ditangguhkan, kita saling bahu-membahu untuk berjuang demi kesetaraan, keadilan, dan hak asasi manusia.

Open Glossary
Budi Sudarto and James Nguyen

After much thought, we have put the *Open Glossary* on hold. We did not make this decision easily. We wanted to create an opportunity for multicultural and multifaith LGBTIQA+, and queer and trans people of colour to contribute to the development of a queer glossary in our many languages.

We wanted to make a live and digital document to explore Western queer terminologies in our languages and cultures. We knew that our translations would not be 'perfect', that the meanings of words should and will continue to evolve. We were hoping to create a space for community members to contribute to this open glossary, to have conversations among us, non-White-Anglo-European LGBTIQA+, and to find new expressions across our intersecting identities that speak to our sexuality, gender and relationships.

The recent political climate, however, has meant that we have had to rethink this open approach. Sadly, anti-trans hatred has infiltrated both our LGBTIQA+ and ethnic communities where we see trans exclusionary radical feminists (TERFs) aligning themselves with conservative ethnic and religious leaders in their anti-trans rhetoric, spreading untrue and misguided views on the trans and gender diverse community specifically, and diverse sexuality, gender identity and relationships more generally.

In recent times, we have witnessed the systemic targeting of queer and trans-related events causing the public cancelations of various new works and projects. We are also aware of renewed efforts to systemically recruit individuals from our diverse ethnic and faith communities to spread the western anti-trans ideologies that erase the existence of our diverse gender, sexuality and non-heterosexual relationships that have existed in our own ethnic and faith communities for centuries.

At the end of the day, we must prioritise each other's safety. Having an open glossary may expose us to organised violence and structural abuses that will compromise all of our safety. We do not want multilingual homophobes, transphobes, biphobes and queerphobes to inflict damaging, hurtful and discriminatory statements in our open document.

We cannot risk facilitating harm among people who are already vulnerable because of their intersecting marginalities. We do not want to create a platform for people to spread hate.

Instead, we have made a row of angels to guard our identities and our words. A row of angels to give us comfort. A row of angels as refuge from the many forms of discrimination that we encounter every day. A guard of angels to give us hope.

We are presenting our messages of hope in multiple languages. We want it to be bold. We want it to be visible. We want this to be ours.

Hatred will not win.

We want to remind ethnic communities of diverse sexuality, gender, sex characteristics and relationships that we are here for each other.

We want to remind Anglo-White-European LGBTIQA+ people that we exist not as an addition, but as an integral part of our communities. We are hopeful in unhopeful times.

We want to contribute to a future where our intersecting identities will not be used against us, a future where we are valued by our own ethnic and faith communities, a future where we don't ever have to be worried about our safety and the safety of those we love.

Although the *Open Glossary* is on hold, we stand with each other to fight for equity, justice and human rights.

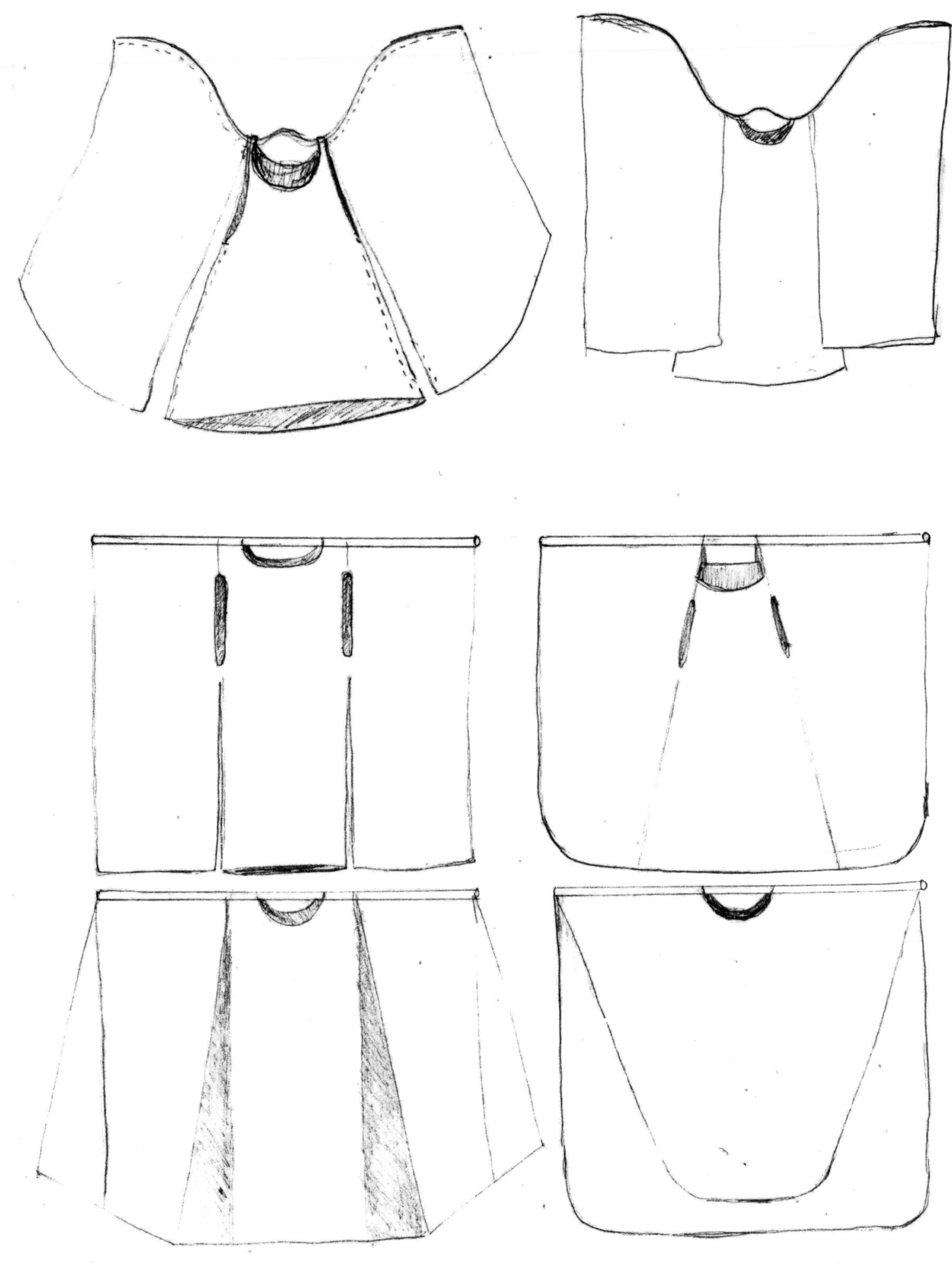

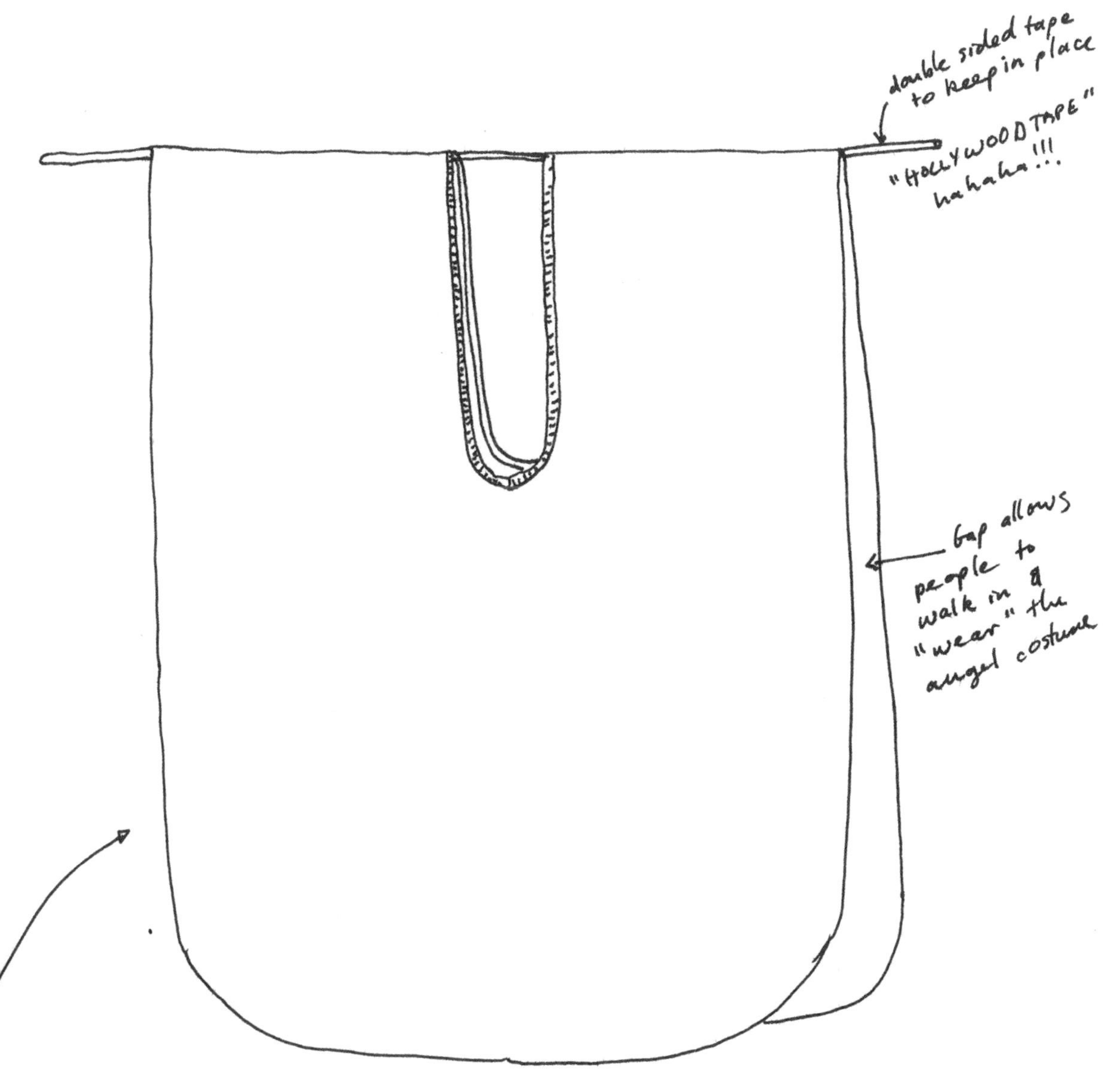
double sided tape
to keep in place
"HOLLYWOODTAPE"
hahaha!!!
Gap allows
people to
walk in &
"wear" the
angel costume

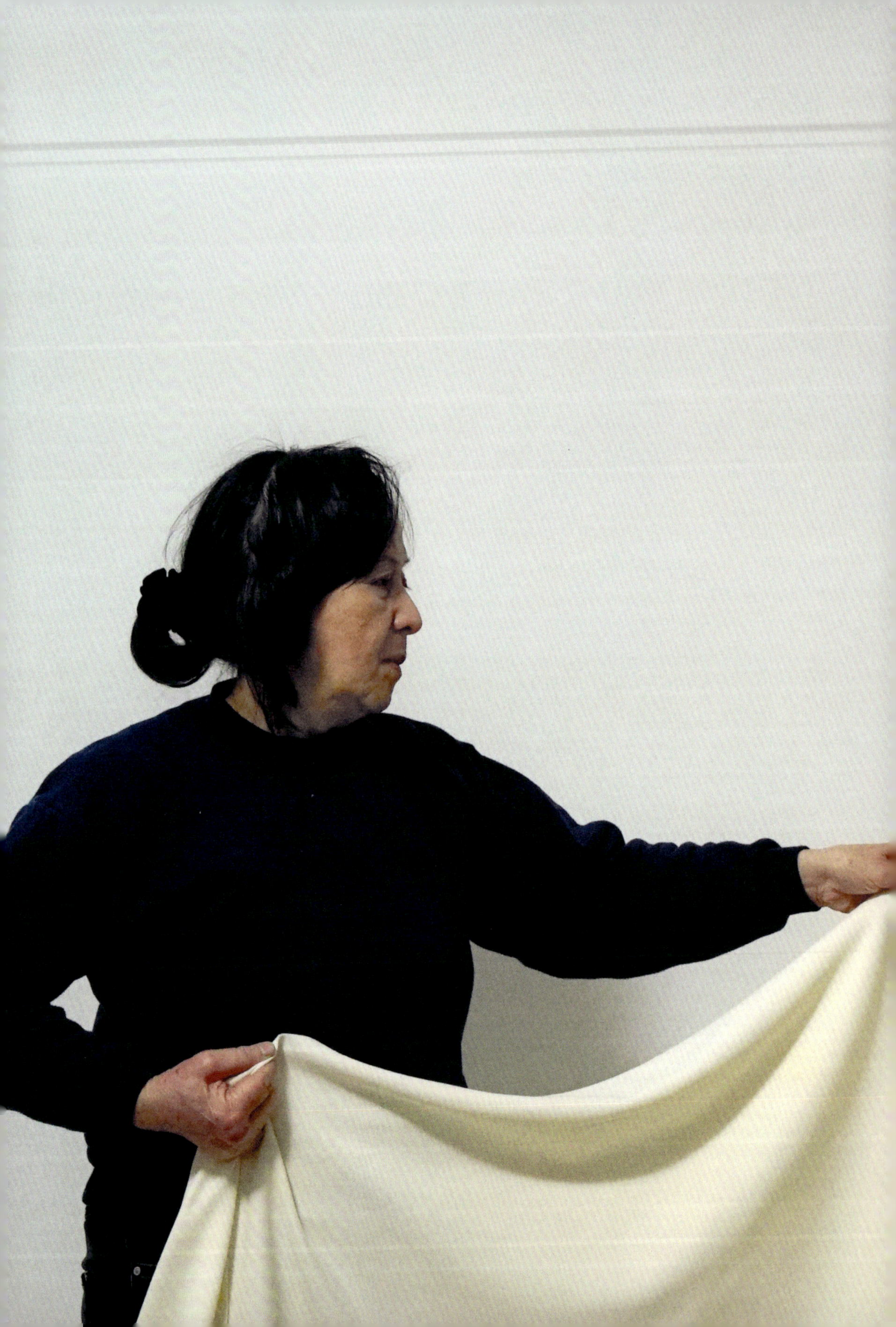

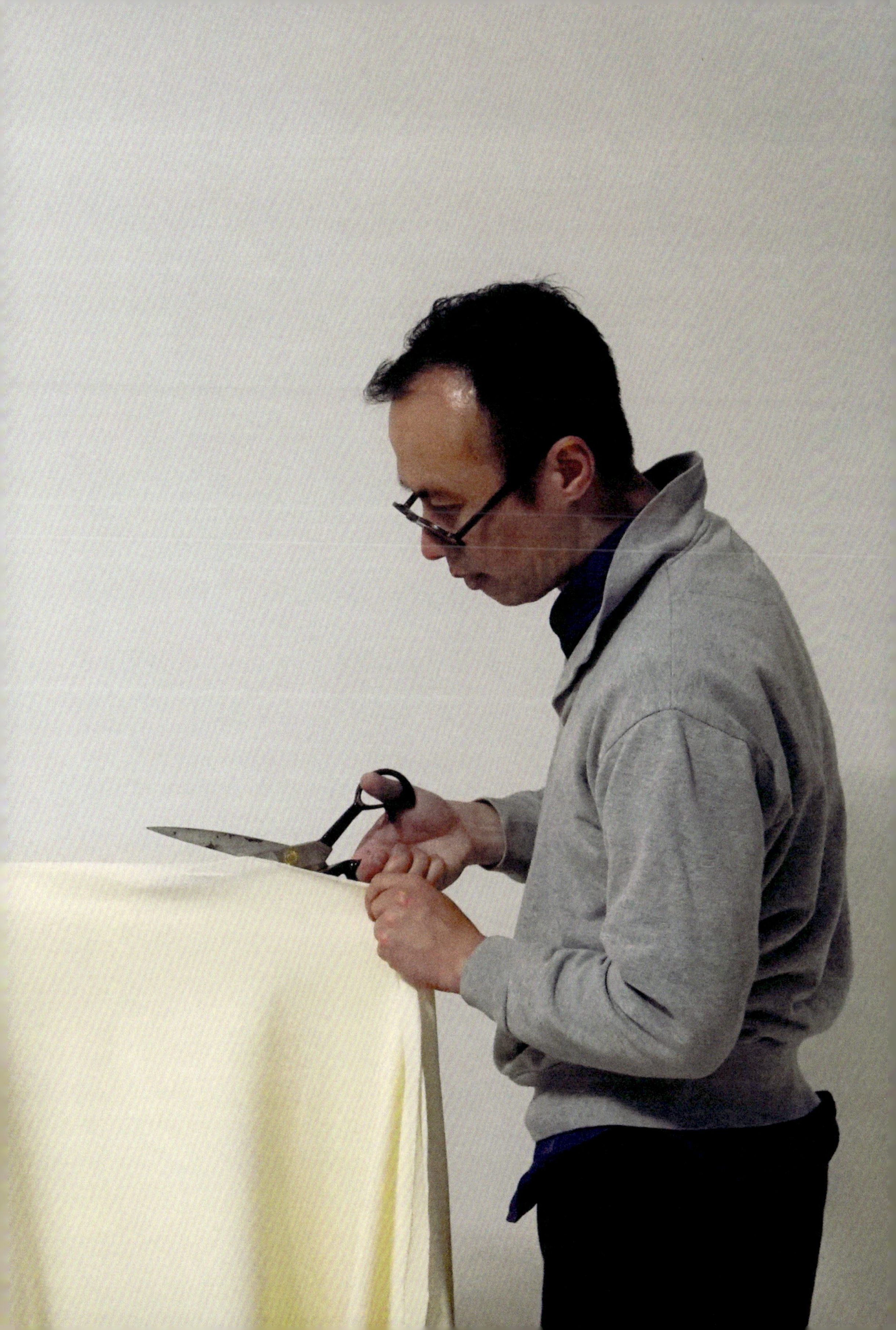

Nói lái để biểu đạt về tình dục trong Tiếng Việt
Spoonerisms in sexual expressions in Vietnamese

Nhung Đinh

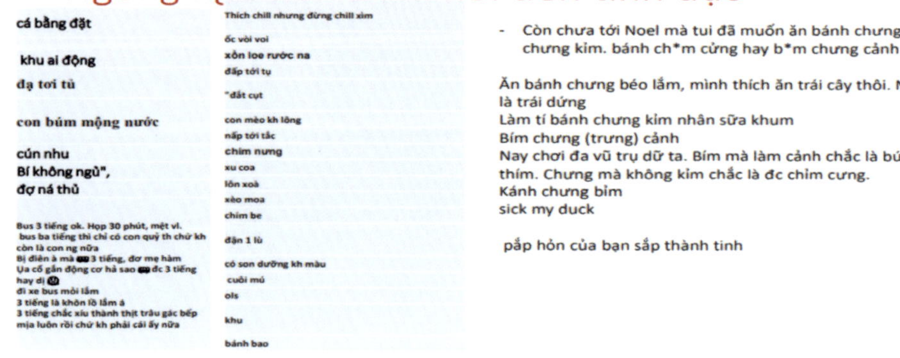

trích trong bài chuẩn bị trình bày của Nhung ngày 9/12/2022 tại Đại học Hà Nội, nhưng cuối cùng phải hủy vì Ban tổ chức lo ngại các phản ứng của người nghe và ảnh hưởng đến thể diện của nhà trường

Intended for a conference at Hanoi University, the above slide captures a few examples of how people generate new ways to express themselves sexually in Vietnamese. However, the organisers instructed me not to use this material. This slide was removed, along with most of the presentation, as the university was worried that presenting such texts would negatively impact and damage its reputation. Instead, they encouraged me to only talk about these linguistic expressions (without the slides). The presentation was well received at the conference.

Có rất nhiều cách diễn đạt thông minh hiện nay trong tiếng Việt khi nói đến tình dục. Sự thông minh và sáng tạo không chỉ ở việc kiến tạo cách nói có thể là từ, cụm từ, hoặc câu mà trong những sự biểu hiện đó, tính ỡm ờ, mập mờ, nói giảm nói tránh nghe cho thanh [lịch] khi nhìn/đọc trực diện. Cách nói lái, chơi chữ là những chìa khóa để giải mã, những câu nói rất bựa, táo bạo, phồn thực, hay khắm khú.

There are many ways to express sexuality in contemporary Vietnam. Creativity and invention not only establish the construction of new words, phrases and sentences, but in the ambiguities and understatements of everyday language – suggesting at what we do not reveal directly.

Here, spoonerism plays a key role where sexual meanings are not always apparent. Instead, they are carefully crafted to be playfully decoded for those who appreciate the dirtiness, boldness, desires, and sexual ideas/activities of these terms.

Beyond the sugarcoating of polite linguistic expression, it is important to read these words out loud and experience them as they are.

Tuy nhiên sự thông minh còn nằm ở chỗ, ngay cả khi được mã hóa để nhìn trực diện những khao khát, những biểu hiện nêu trên thì xu hướng tính dục, ý nghĩa vẫn rất mở cho người đọc để nhập vai, tưởng tượng hoặc áp dụng tùy ý họ. Tính queer được mở rộng hay không tùy vào trải nghiệm và góc nhìn queer khi thấy chúng.

Yet, once these expressions are decoded, and the bold sexual desires of taboo words are articulated clearly and loudly, they remain open for readers to re-interpret their own sexual orientations and see themselves in the roles and possibilities beyond these words. To me, this is where queer expression and queer experiences can proliferate.

Cách sáng tạo mới những diễn đạt về tình dục này tiếp nối từ truyền thống nói lái trong tiếng Việt mà phần lớn mọi người đều biết ít nhiều từ lúc nhỏ qua việc học theo người lớn hay nghe các giai thoại về nói lái, đặc biệt là vài bài thơ của nữ sĩ Hồ Xuân Hương. Ví dụ về bài thơ nổi tiếng Sư làng bị đuổi được cho là của nữ sĩ Hồ Xuân Hương (1772-1822).

Vietnamese-speakers learn how to engage with these creative linguistic techniques at a very young age. Inheriting a tradition of storytelling and poetry from the daily expressions of our peers and ancestors. This is especially apparent when they recite various poems by Ho Xuan Huong, a popular feminist figure of the early nineteenth century. She utilised spoonerisms to articulate sexual acts and used taboo words, which neither women nor the educated class were permitted to say out loud. An example is the famous poem of the banished Monk who was kicked out [of the pagoda] by villagers.

> Cái kiếp tu hành nặng đá đeo/Vị gì một chút tẻo tèo teo/Thuyền từ cũng muốn về Tây Trúc/Trái gió thành ra phải lộn lèo! (I wish I could explain the spoonerisms of the bold

words in English, but this is a plain translation of the poem):

The life of a spiritual practitioner is as heavy as a carrying stone

However just because tasting a tiny tiny bit of life

The boat/journey was supposed to take him to the Buddha Land,

However, because of the mal wind, the boat had to turn back

Một bài thơ than thở cho số phận hẩm hiu, đường tu vất vả, nặng như đeo đá, không thành công của một nhà sư. Rằng nhà sư cũng muốn tu thành chính quả để về Tây trúc, nhưng vì sân si một chút (tẻo tèo teo), vì trái gió, hay nghiệp chướng nên đường tu của ông ta đành phải lộn lại về số không (về mo)- lộn [một] lèo- tức lộn ngược lại hướng đi Tây Trúc mà ông ta muốn đi.

Tuy nhiên giải mãi một vài từ trong bài thơ sẽ thấy:

Đá đeo thành đéo đa. Kiếp tu hành đéo đa mà cũng gần với đéo đã, không thỏa mãn được những dục vọng.

Trái gió thành tró giái, đọc lên nghe gần với chó dái- tức chó đực rất nứng. Sự 'cố tình' dùng tr thay cho ch, hoặc gi thay cho d, một phần vì các phụ âm này đọc giống nhau, một phần vì rất nhiều người Việt hay bỏ qua các phụ âm này hoặc sự nhẫm lẫn ấy tạo thành sự nhập nhằng vô thưởng vô phạt. Cố tình viết là tró hoặc, nghĩa gốc của từ đã được giảm nhẹ.

Lộn lèo nói lái thành lẹo lồn. Lẹo là động từ bị coi là thô tục chỉ việc giao cấu. Lồn là cái lồng, cái bao, là từ chỉ bộ phận sinh dục nữ. Nhiều người thậm chí không dám/không thể nói hoặc viết mà phải tìm cách viết tắt hay nói chệch đi như l., L, L*n, L`, lon, lận, lộn, v.v. Một nhà văn mang chữ này vào bài viết đã gây xôn xao cả văn đàn.[1] Người ta không chỉ tránh l, mà còn thậm chí có nhiều giai thoại về việc tránh xa cả vần ôn.[2]

Nếu lộn lèo là lộn một lèo khỏi con đường mình đang cần phải đi, thì lẹo lồn cho ta biết hành vi bị cấm kị, phạm giới của các nhà sư, là hành vi khiến cho bao nhiêu nỗ lực tu

Nếu lộn lèo là lộn một lèo khỏi con đường mình đang cần phải đi, thì lẹo lồn cho ta biết hành vi bị cấm kị, phạm giới của các nhà sư, là hành vi khiến cho bao nhiêu nỗ lực tu của nhà sư trở lại số không.

Trong tiếng Việt, cách biểu thị thái độ, dục vọng ít khi được nói thẳng mà họ thích dùng từ các cách nói thanh, và để phần tục cho người nghe tham gia việc chuyển nghĩa tiếp.Với cách đó, người ta có thể bao biện được người nói hoàn toàn vô ý.

Khi sưu tầm các từ ngữ tiếng lóng chỉ tính dục ở Việt Nam và có dịp giải thích việc nói lái như thế nào cho các bạn nước ngoài, tôi gặp được một số cụm minh họa rõ nhất cho cách chơi chữ cuốn từ điển Chỉ Bàn Lộn. Việc nói lái đã chuyển thành một hiện tượng hết sức thú vị vì có sự kết hợp của việc nói lái, ngôn ngữ tiếng Anh, việc phiên âm tiếng Anh sang tiếng Việt hay cả việc kết hợp cả hai ngôn ngữ mà người tham gia giải mã nói không chỉ cần biết thông thạo một ngôn ngữ. Xin xem và suy ngẫm:

While collecting expressions and sexual slangs that people currently use in Vietnam, especially by Gen Z, I encountered several spoonerisms in English that display a similar playful and subversive trait. I note that *Chỉ Bàn Lộn*, the title of my Vietnamese Queer & Sexuality Lexicon draws from these practices as another form of spoonerism. The hybrid phenomenon where 'thú vị tới mức', literally means 'so interesting' that one reaches excellence when you run out of sauce, 'hết nước chấm!'

To prove this, let's see some examples of spoonerisms in English to 'hear' how it influences Vietnamese-English linguistic combinations in contemporary slang:

Ví dụ 1 (Example 1):

Six my duck = Sick my duck! = suck my dick!

Six my duck! = Đụ con vịt của tao ý (new meanings are increasingly complicated, building up layers over the initial expression and multiple layers of bilingualism). 'Six' is phonetically similar to 'sick', as Vietnamese often omits the end sounds of words. Six is also used in another expression as 'sex'. Besides, it does not exclude the meaning of suck my dick, so the insult of a sexual activity is amplified.

Ví dụ 2 (Example 2):

Câu hỏi: Wanna come, Netflix and chill?

Reply: Chill gì cũng được những không được chill xìm- tức chim xìll, tức chim xiều- chim xìu, tức chim không [cương] cứng.

Question: Wanna come, Netflix and chill?

The reply to the sexually suggestive question, 'Wanna come, Netflix, and chill?', is 'Whatever, chill is ok but not **chill xìm.'** The phrase 'chill xìm' is crafted to infer 'chim xìu' when we use this spoonerism to decode it. However, several leaps will get us to understand that the responder is ok to go 'Netflix and chill' on the condition that the inviter's dick is not xìu or 'soft,'. So, Netflix is ok but only if they have a hard dick.

Ví dụ 3 (Example 3):

Hỏi: Cuộc hẹn hò hôm qua thế nào?

Đáp: Chán. Hắn chả dùng bao cao su mà lại cai in sum.

Tức cum in side. Ngoài ra một nghĩa khác cũng được bao hàm là việc cum in **sai. Sai ở đây là sai trái, tức wrong**. Người nói ám chỉ việc không thoải mái với hành vi tình dục này của bạn tình. Họ đồng thuận với việc quan hệ tình dục, nhưng người partner này đã không những ko dùng bao cao su mà còn cum bên trong họ.

Trong cả ba ví dụ, đều không rõ mối quan hệ tình dục giữa các đối tượng là như thế nào nhưng chúng ta có thể hiểu được người nói có thể là nam hoặc nữ có mối quan hệ tình dục với người có dương vật. Nếu đoạn text được tách khỏi nguồn, nơi chúng ta không biết kẻ phát ngôn, chỉ một cuộc nói chuyện vô cùng ngắn ngủi có thể mở rộng rất nhiều các khả thể, đặc biệt là về những mối quan hệ tình dục bị nhiều sự phê phán hay phán xét.

Question: How was your date yesterday?

Reply: Lame, he didn't use a condom, but also cai in sum.
cai in sum = cum in sai, tức cum inside.

In these three examples, the sexual relationships or orientations of the speaker is unclear. They can be either male or female, but they are having a sexual encounter with a person with a penis. If we do not know the source text, or who is replying, then a very brief conversation can be profoundly open the possibility and positionality of these sexual relationships, their subjects, and how we ourselves relate to people with our preconceived judgements and assumptions.

1 Phạm Thị Hoài, Sờ Linda, *Chỉ Bàn Lộn 2*, 2023, pp.376-84

2 Đỗ Anh Vũ, Lồn Han, *Chỉ Bàn Lộn2*, 2023, pp.272-73

Funny = Buồn cười

=(sad laugh)

Stomach = dạ dầy

=

(yes shoe)

Sex = tình dục

= ♥ 🗑

(love throw-away)

muscle = bắp thịt

=

(corn meat)

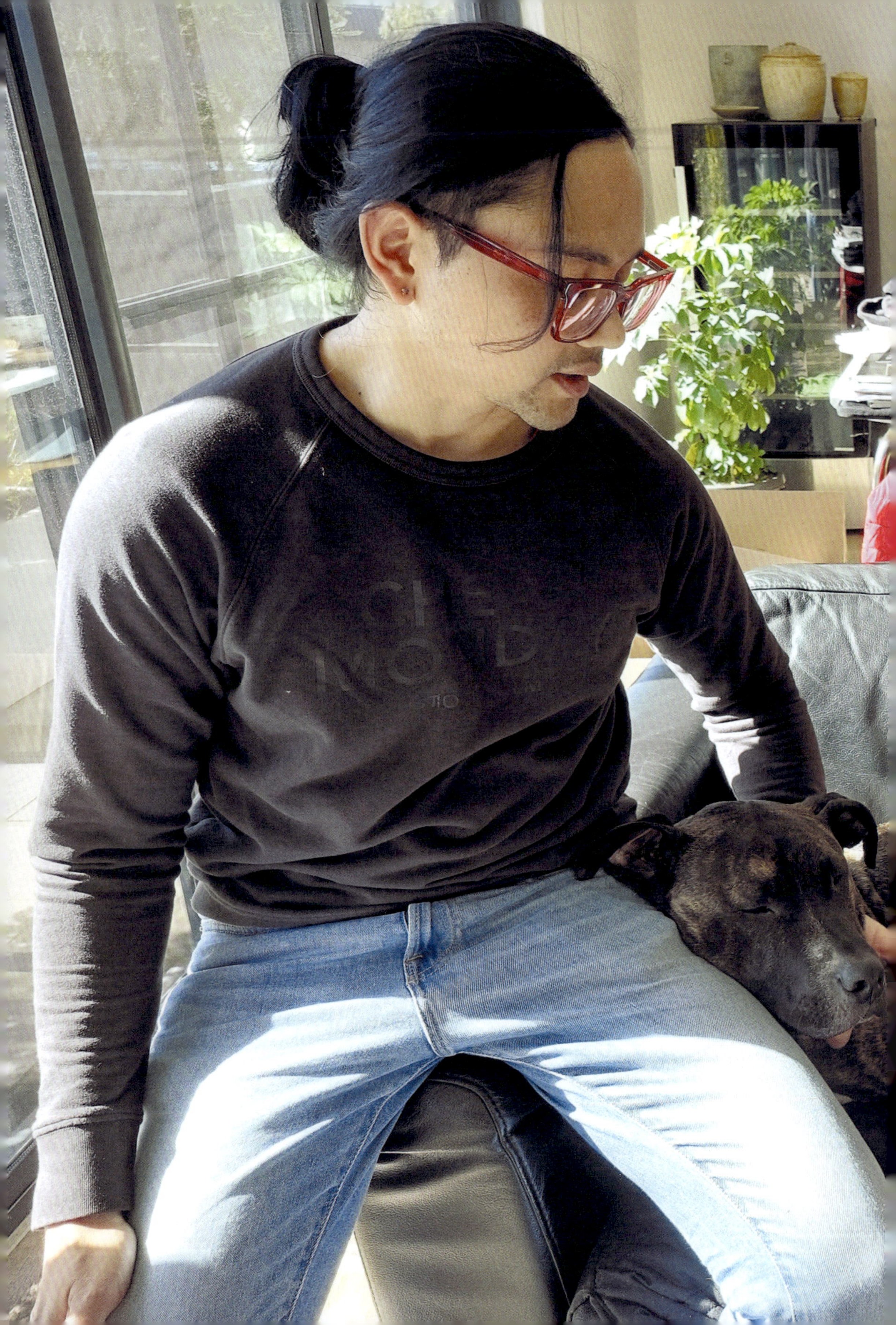

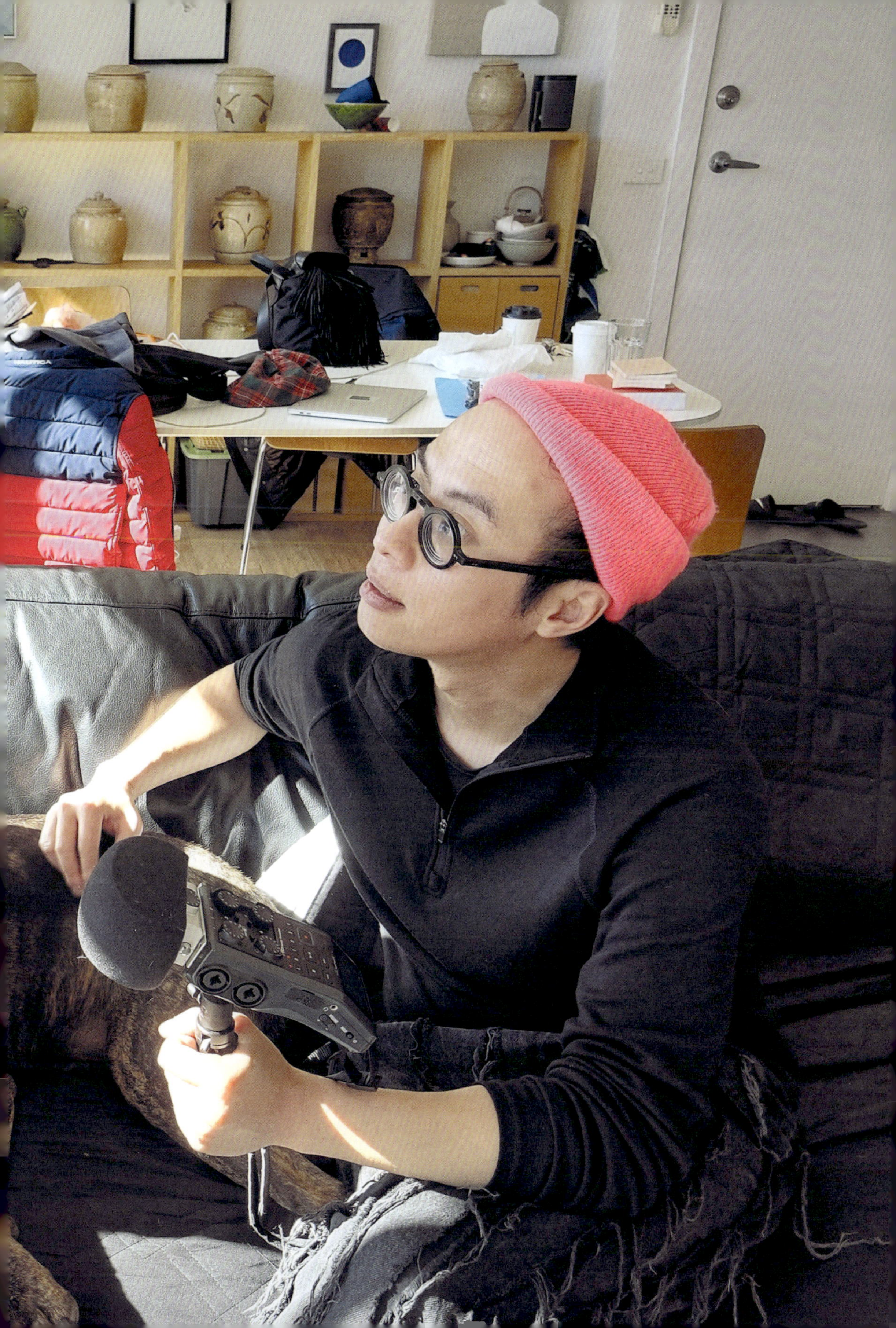

翻译与交流
Chris Xu

2016年，我与父母谈论美国的种族问题，却困难重重。我意识到翻译是问题的症结所在：我的中文尚在幼稚简单的水平，而他们的英文大多都在生活中自学而成，两者之间，根本没有种族这些概念的共同词汇。于是，我决定写一封信给我的父母，从他们的价值观出发，解释我对“黑人的命也是命”的看法，然后将其翻译成中文。

我发了一条关于这个计划的推文，并开始在一个公共的Google Doc中翻译，希望吸引一个中文比我好的合作者。几个小时后，数百人——亲密的朋友和互联网上的陌生人——加入了进来，各尽其言，逐字推敲，并自我组织成小组，最终将源英文信翻译成数十种语言。

当时我思考了很多翻译问题，因为当时我正在为美国读者撰写关于中国数字化和中国地区性亚文化的文章。《致黑人生命的信》特别受到两个认识的影响：

首先，所有复 的对话——即使是只用一种语言——都会从翻译中受益。谈话中每个人的出发点和心智模式都不尽相同；而如果我们认为这些都是相同的，就往往会产生冲突。在试图改变或同步思想时，记住这一点尤其重要：人们的大脑和生活可能会大相径庭，需要以尊重和好奇的态度对待这种差异——认识到了这一点，教导、协调和组织都将得以改进。

其次，翻译能力是不对等的。我在美国生活了28年，更擅长中译英，而不是英译中——我的中文理解水平还行，但传言达意，修辞加工却差强人意。成功的翻译需要能够将新信息嫁接到接收者已有的认知上。如果不了解翻译对象如何理解世界，翻译就可能不能达到目标效果。

因此，当翻译体现尊重和关怀时，效果才会最好。一个有雅量的翻译会主动与读者会合，并引导他们到达一个新的目的地——不是带着导师般暗含不露的优越感去教导人，而是带着热情和感染力去分享，就像朋友在分享心爱的东西。

看着数百名自我组合的陌生人为《致黑人生命的信》一起努力，我学到了关于翻译的另一件事：集体协作是良好组织的基石。作为一个群体进行翻译，让人们将他们的抽象信念综合成具体而精确的东西；背景和经验的不同，决定了信息传达方式的不同；一个段落的插入语太多就会混乱不堪，所以必须达成共识，敲定终稿；战略决策的方向是找到对接收者最有效的方式，而不是写出令我们自己最满意的篇章。

当翻译完成后，这些信件大多又经过了发送者进一步个性化，以无限美妙的形式，发送给了不计其数的接收者。他们为更深入的对话打开了大门，让人们互相带来惊喜。他们还创建了一个足够强大的社群，在2020年在完全没有我干预的情况下重新相聚在一起，进行第二轮翻译——越来越多的追随者促成了翻译的神圣力量。

Translation and Connection
Chris Xu

In 2016, I was struggling to talk to my parents about race in America. I realised that translation was the crux of the problem: between my childish Chinese and their practically acquired English, we simply had no shared vocabulary for these concepts. I decided to write a letter to my parents explaining my views on Black Lives Matter in a way that was grounded in their values, then translate it into Chinese.

I fired off a tweet about this plan and started working in a public Google Doc, hoping to attract a collaborator whose Chinese was better than mine. A few hours later, hundreds of people — close friends and internet strangers alike — joined in, contributing line edits and self-organising into groups who would eventually translate the original English letter into dozens of languages.

I had been thinking a lot about translation back then, as I was writing about Chinese digital and place-based subcultures for an American audience at the time. *Letters for Black Lives* was shaped by two realisations in particular:

First, all complex conversations — even those in just one language — benefit from translation. No two people bring the exact same set of references and mental models to a conversation; conflict often springs from assuming they do. This is especially important to remember when trying to change or synchronise minds: teaching, facilitating, and organising all improve with an awareness of just how different brains and lives can be, and treating that difference with respect and curiosity.

Second, the ability to translate is not symmetric. After 28 years of living in the US, I'm far better at translating *from* Chinese *to* English than vice versa — my Chinese is good enough to extract meaning, but not always to artfully package meaning into sense. Successful translation requires an ability to graft new information onto a foundation of shared understanding with the recipient. Without understanding how the person you're translating for makes sense of the world, the translation may not land.

Translation, then, works best when it embodies respect and care. A generous translator meets someone where they are and guides them to a new destination — not with the implied superiority of an instructor, but with the infectious enthusiasm of a friend sharing something beloved.

Watching hundreds of self-assembled strangers work together on *Letters for Black Lives*, I learnt one more thing about translation: when done collectively, it lays the groundwork for healthy organising. Translating as a group asks people to synthesise their abstract beliefs into something specific and precise. To deeply consider where rifts in experience necessitate forks in messaging. To come to consensus because a paragraph can only tolerate so many parentheticals. To constantly anchor strategic decisions on what works best for the recipients, not what feels most satisfying to ourselves.

When we finished, the letters — in endless forms most beautiful, often personalised further by the senders — went out to an unknown number of recipients. They nudged open doors to deeper conversations and allowed people to pleasantly surprise each other. They also built a community robust enough to come back together in 2020 for a second round entirely without my interference — a growing swell of acolytes to the sacred power of translation.

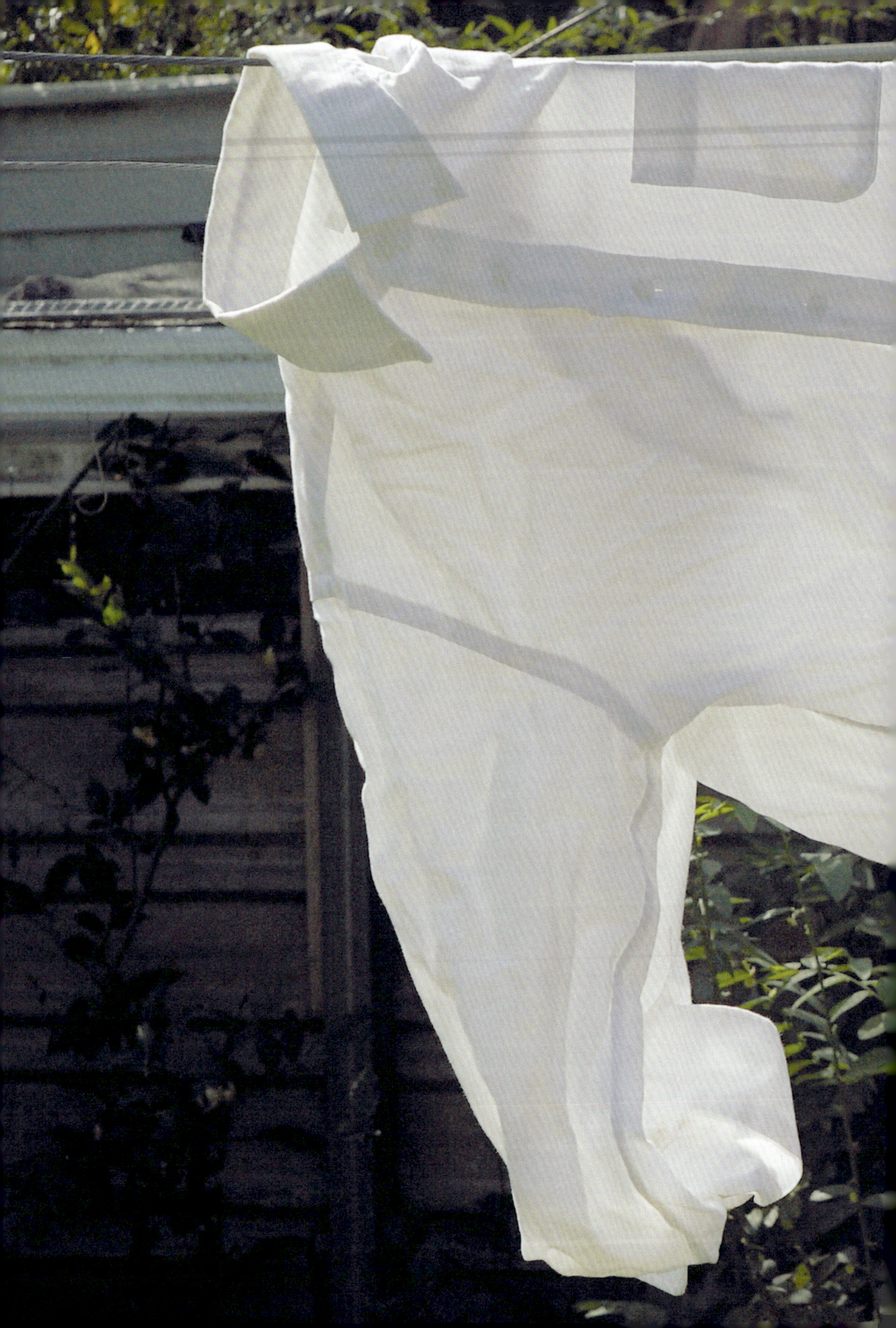

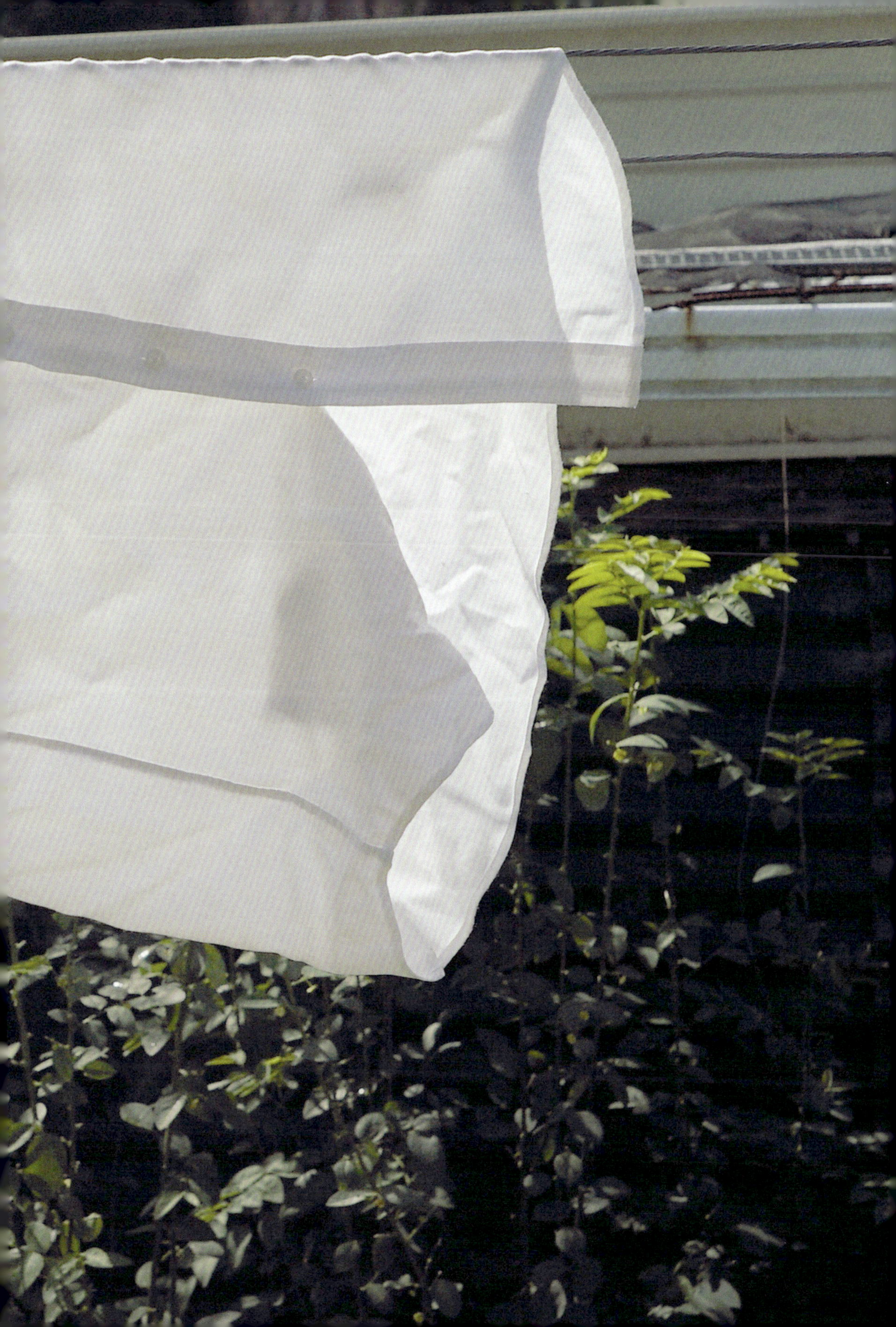

Hui Hụi

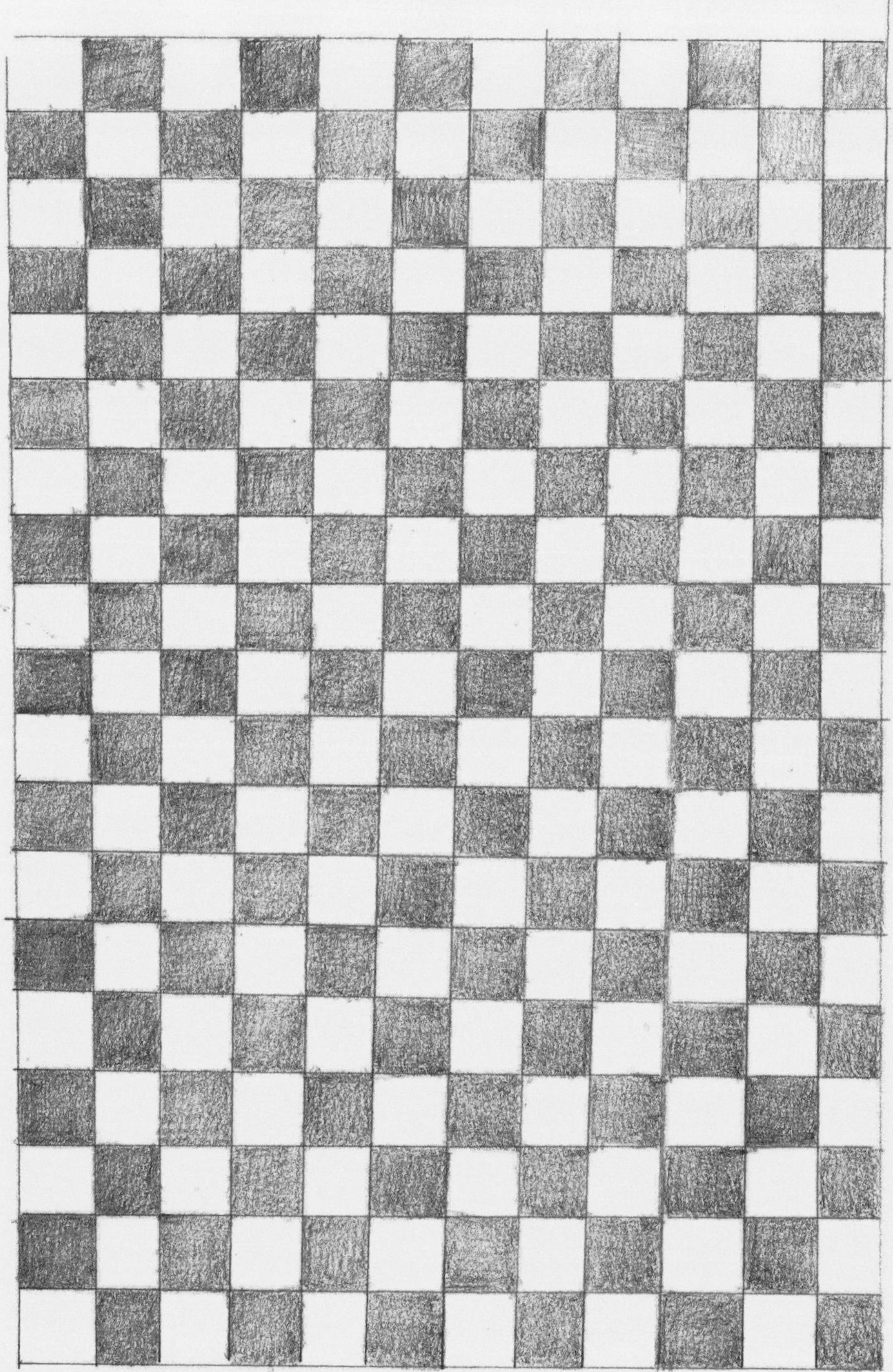

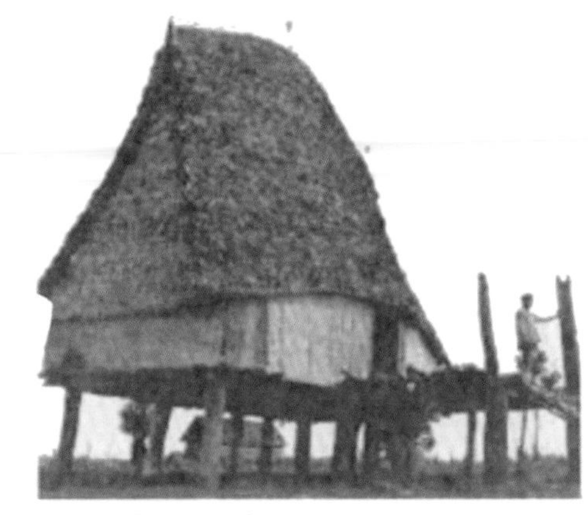

会 huì

(gathering, meeting
Han Chinese)

Hụi - an informal communal loans-saving syndicate
Hội - a festival assembly (việt)
Họ - they / our relations

Hui - Māori community meeting, gathering or assembly

Hui - Club, association society, corporation company, institution organisation, band partnership
Huihuinga - an assembly. (Hawaii)

Words in scattered Austronesian languages and beyond:

eye – mắt – Vietnamese.

mtsō – Tsou (Taiwan)

matsa – Rukai, Paiwan (Taiwan)

mata – Tagalog + Bisaya (Philippines)

mata – Toba Batak (Indonesian)

mata – Uma (Borneo)

mata – Manggarai (Flores)

mata – Kairiru (East Sepik)

mata – Sāmoan

mata – Tongan

mata – Java

mata – Malay

mata – Māori

maka – Hawai'i

ma – Yorta Yorta

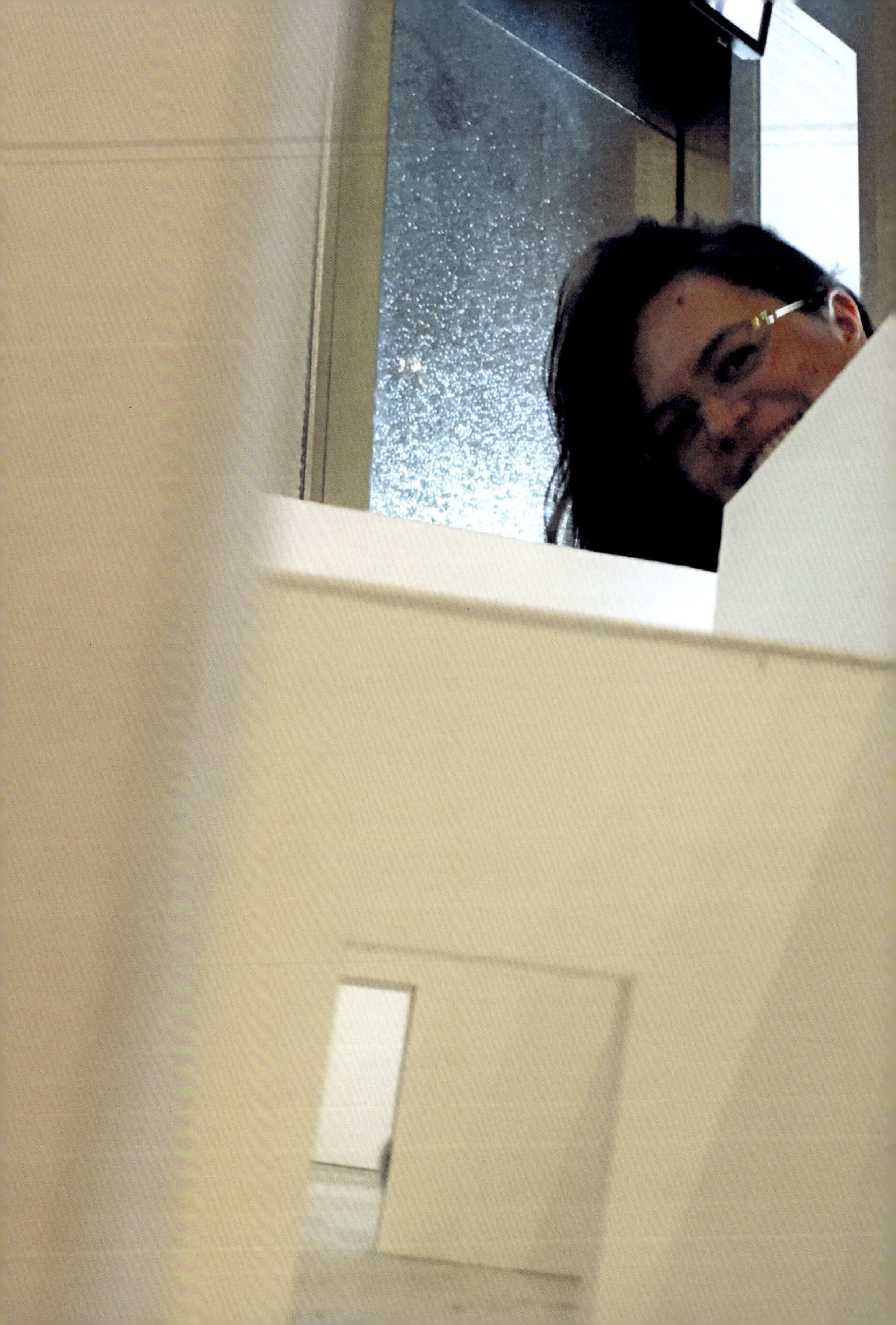

Toru Hui
Dr Kirsten Lyttle

Tautuhia ai te hui hei "tutakinga" engari tū ai ngā hui mō ngā take maha, he hui ōkawa, me ētahi atu. Hei kupu tūmahi, ko te tikanga o te "hui' ko te karapinepine o te tangata, arā te huihui, te whakamine. Hei tūingoa, ko te tikanga o te "hui' ko te taiopenga. He maha ngā taiopenga e taea ai te kī he hui, mai i ngā hui e whai ana i ngā tikanga ōkawa pērā i te tangihanga me ngā hui rūnanga e tae atu ai te tini me te mano ki runga i te marae, tae noa ki ngā hui iti pērā i te hui ki tētahi tari, iti iho i te 10 ngā tāngata.[1]

Tahi: Te Roopu Raranga Whatu o Aotearoa: Te Hui o Te Roopu Raranga Whatu o Aotearoa 2017

Ka tū tēnei hui i ia rua tau, he hui e toru rā te roa kei ngā marae rerekē, e whakahuihui ai ngā kaiwhatu Māori e whai ana i ngā tikanga tuku iho, ngā tikanga o nāianei hoki, hei kōrerorero, hei whakapuaki whakaaro, hei tuku, hei mahi hoki i ngā mātauranga whatu Māori. Koinei hoki te hui e pōti ai ngā mema kiritōpū o Te Roopu Raranga Whatu o Aotearoa mō tō rātou komiti pōti e ono ngā mema. Pēnei i tētahi atu pōtitanga, he tōrangapū o roto, heoi anō kāore au e whai wāhi ki tēnei - ehara au i te mema o te kiritōpū, nō reira kāore e taea e au te pōti i ngā take matua, otirā kua utua kē taku rēhitatanga kia taea ai e au te haere. Ko taku mahi he whakarongo, he mātakitaki, he ako, he whakaute. Ka moe ētahi i te hui ki roto i te wharenui, ko ētahi atu, pēnei i ahau nei, ka noho i ngā hōtēra tata kia kore ai e mate ki te whakarongo ki ngā ngongoro o ngā whaea e moe ana i raro i te tuanui kotahi. Ka mea atu mātou 'Kia ora, whānau' ina homai te haukāinga i tētahi pereti kai. Kāore tēnei kīanga e whakaaturia ki ngā pukapuka mō ngā mea tauhou ki te ako i Te Reo Māori. Ko te tikanga ko 'hello family', ko te tikanga o te whānau i konei ko te hononga tangata. He mihi, he whakamihi hoki i roto i te kīanga kotahi.

I tēnei hui, ka tū tētahi pōhiri, ngā pōtitanga, ngā whakaaturanga, ngā wānanga, ngā haerenga ki ngā wāhi tūtata e whai pānga ana, tētahi rāwhara me ngā kai ngātahi maha me ngā kai o mua pērā i ngā tōtiti kari me te kai kōhua. Ko te wāhanga pai ki a au ko te whakaaturanga kākahu i reira rurerurehia ai ngā kākahu tuku iho i te papawaka, mirara ana ngā huruhuru, kia whakamaua ki ngā pakihiwi o ngā mokopuna me ngā tamariki. 'E kore a Te Papa e whiwhi i tēnei' te kī whakahī o tētahi o ngā Whaea; ka kore a Te Papa Tongarewa e whiwhi i tēnei kākahu. Ka kī taku māhunga, taku ngākau me taku wairua i tēnei hui, otirā he kai hei whakaoreore i aku ringa mō ngā tau e heke mai nei. He nui ake ngā akoranga mō te raranga i roto i te toru rā tēnā i te wā i a au i te whare wānanga toi (i Naarm).

Rua: Hui ā-ataata

Kei te tīmatanga ahau o taku whai i te reo Māori. Ka tūtaki mātou i runga i te Zoom. He hui mariko, he hui ataata. Ka raru taku arero Pākehā ki te whakahua i taku reo tuku iho. He pakihawa, ā, ka āta kōrero ahau. Ka āwangawanga ahau e tiotio ana ngā taringa o aku tīpuna i ngā oro rerekē e puta mai ana i taku waha i ahau e ngana ana ki te pānui i taku reo. I runga i te Zoom, me ngā tāngata tekau i roto i taku karaehe, ka kī mai taku kaiako me ngana mātou ki te whakatika i tā mātou whakahua; 'He rite te whakahua a ētahi o koutou ki tā te Pākehā.' Tēnei. Kātahi te kupu whakaparahako kō tēnā. Te whakahua i te reo Māori hei tauiwi, hei Pākehā nō Aotearoa. I roto i taku māhunga ka rongo i tōku ake reo: 'Ko au. E mōhio ana ko au kē. Ko au kē te mea e whakahua ana pērā i te Pākehā.' Ka tino whakamā ahau. Ka pōuri, ka mamae mō te reo me te whenua o ōku tīpuna.

Nō tētahi hapori noho marara ahau, e noho ana ki Te Ao Moemoeā, te whenua moemoeā,[2] he tokomaha o mātou i reira kāore i te mōhio ki te reo Māori. Ka mahara au ki tētahi kōrero nā Rawiri Waititi, kaitōrangapū, kaiārahi Māori hoki, 'Kāore pea koe i te mōhio ki tō reo, engari kei te mōhio tō reo ki a koe. Kāore pea koe i te mōhio ki tō maunga, engari kei te mōhio tō maunga ki a koe. He kākano koe i ruia mai i Rangiātea.'

Toru: He momo hui: mō Adam

Ko te ata o te Rātapu i roto i taku rūma noho. Ka noho au ki taku papamahi e whakaaro ana ki te tikanga me te whakamāramatanga o te hui Māori. Kei taku taha mauī, ko taku tūngane - i rere atu ki Naarm/Poipiripi mai i te rohe o Whadjuk Noongar i te wiki nei - e noho ana ki tētahi tūru, me ana waewae ki runga, kei raro anō i te paraikete, ā, kei te titiro ia ki tana waea. Kei te ngana taku hoa tāne ki te wawao i te ngeru kia kore ai e whakapōrearea i ahau i a ia e purei kēmu ana i runga i te pouaka whakaata mata nui. Kei te mau kākahu moe katoa mātou. Hei apōpō ko te tangihanga mō taku tūngane whakaangi. He maha ngā kōrero ā-waea, me ngā whakariteritenga (te nuinga nā taku tuahine whakaangi). Kua āta tuku taku pāpā i ngā mōhiohio, pēnei i te kōrere wai e māturuturu ana, he putuputu te tuku. He nui rawa ngā mahi a ētahi, ā, ko ētahi he tatari noa te mahi. Kei te hui mātou katoa mō ngā whakaritenga ōkawa āpōpō.

Hei whāngai, kāore he whakapapa Māori o taku whānau, ā, ko tētahi mea nui, kei waho kē te tangihanga o taku tūngane i te Te Ao Māori me ngā tikanga Mōari, heoi anō ko te āhua o tēnei huinga whānau, he rite ki te hui. Engari ehara i te hui. E kore e taea kia kotahi anake te Māori i tētahi hui, engari ko ētahi o ngā āhuatanga o tēnei tikanga ā-whānau kanohi ki te kanohi, tenei tangihanga mō Adam, he rite nei ki te hui.

1 Māmari Stephens, 'Kei A Koe, Chair!': The Norms of Tikanga and the Role of Hui as a Māori Constitutional Tradition', *Victoria University of Wellington Law*, Review 53, no. 3, 2022, p. 484

2 Rachel Buchanan, 'Ngati Skippy: At Home and Heartsick across the Ditch [He tuhinga i roto i: Prosper or Perish: Exploring the Limits to Growth.' *Griffith REVIEW*, no. 29, 2010, pp. 210–20

Three Hui
Dr Kirsten Lyttle

Hui are often defined very simply as "meetings" but can occur for many different reasons, ceremonial and otherwise. "Hui" as a verb refers to gathering people together in the sense of congregating and assembling. "Hui" as a noun refers to the hui event itself. A wide range of events can be identified as hui, from highly ritualised tangihanga and hui rūnanga, tribal assemblies, comprising hundreds or even thousands of people on the marae, too much smaller events such as a meeting in an office with fewer than 10 people.[1]

Tahi (One): Te Roopu Raranga Whatu o Aotearoa: The National Weavers Hui (Aotearoa/New Zealand) 2017

Held biennially, this hui is a three-day long event hosted at different marae that brings together customary and contemporary Māori weavers to discuss, share, exchange and practice Māori weaving knowledge. It is also where the Te Roopu Raranga Whatu o Aotearoa collective members vote for their elected committee of six members. Like any election, there are politics involved, however I stand outside of this - I am not a member of the collective, so am unable to vote on important matters, but instead paid my registration fees and am able to attend. My role is to listen, watch, learn and be respectful. Some at the hui sleep in the wharenui (meeting house, main building), others, like me, stay in nearby hotels to avoid the sounds of snoring aunties sleeping under one roof. 'Kia ora whānau' we say when our hosts offer us a plate of food. This phrase doesn't appear in beginners Te Reo Māori (Māori language) books. Translated literally as 'hello family', whānau here means we are a connected group of people. It is both a greeting, an acknowledgement and thank you all rolled into one phrase.

At this hui, there is a powhiri (formal opening ceremony), elections, demonstrations, wānanga (seminars/classes), excursions to local areas of interest, a raffle and lots of shared meals with old school menu items like curried sausages and boil-up. My favourite part is the fashion parade where treasured ancestral kākahu (cloaks) have been shaken out in the carpark, feathers ruffling in the air, to be draped upon the shoulders of mokopuna and tamariki (grandchildren and children). 'Te Papa is not getting this one' says one Aunty proudly; this cloak will stay out of the clutches of the National Museum. This hui fills my head, my heart, my wairua (spirit/soul) and gives me fuel for my hands to stay busy for years to come. I learn more about weaving in three days than in all my tertiary studies at art school (in Naarm).

Rua (Two): hui ā-ataata (video conference)

I am at the beginning of my journey to learn te reo. We meet online via Zoom. A virtual meeting, a hui ā-ataata**.** My colonised tongue trips over the pronunciation of my ancestral language. I am clumsy and speak slowly. I worry that I am making my ancestors ears bleed from the awkward sounds and tones that my mouth emits in my attempts to read my language out loud. Over Zoom with ten others in my class, my teacher announces that we need to work on our pronunciation; 'Some of you pronounce te reo like Pākehā.' This. The ultimate insult. To pronounce te reo as a foreigner, as a New Zealander of European descent. Inside my head my own voice speaks: 'It's me. I know it's me. I am the one who pronounces like a Pākehā.' I feel deep, deep, shame. Sadness and an aching longing for the language and whenua (land) of my ancestors.

I am part of a growing diasporic community, resident in Te Ao Moemoea, the land of dreaming,[2] where many of us do not have Te Reo Māori. I think of a quote from Rawiri Waititi, Māori politician and leader who said, 'You may not know your language but your language knows you. You may not know your mountain but your mountain knows you. You are enough because your tipuna (ancestors) made it so.'

Toru (Three): Something like a hui: for Adam

It is Sunday morning in my living room. I sit at my desk considering the meaning and definition of a Māori hui. On my left, my big brother — who flew over to Naarm/Melbourne from Whadjuk Noongar Country earlier this week — is seated in a chair, feet up and legs under a blanket, looking at his phone. My husband is trying to keep the cat distracted and out from under my feet while simultaneously gaming on the large screen television. We are all in pyjamas. The funeral service for my stepbrother is tomorrow. Countless phone calls have occurred, and arrangements made (the majority by my stepsister). My father has given information out like a slowly dripping tap, a little at a time. Everyone either has too much to do or nothing to do but wait. We are all gathering for the formal proceedings tomorrow.

As an adoptee, my family does not share my Māori heritage, and importantly, the service for my stepbrother is outside of Te Ao Māori (the Māori world) and Māori cultural institutions, however this family gathering feels something akin to a hui. It is not, of course. It is impossible to be the only Māori at a hui, but there are elements of this face-to-face family rite of passage, this funeral service for Adam, that feel a little like one.

1 Māmari Stephens, 'Kei A Koe, Chair!': The Norms of Tikanga and the Role of Hui as a Māori Constitutional Tradition', *Victoria University of Wellington Law*, Review 53, no. 3, 2022, p. 484

2 Rachel Buchanan, 'Ngati Skippy: At Home and Heartsick across the Ditch [He tuhinga i roto i: Prosper or Perish: Exploring the Limits to Growth.' *Griffith REVIEW*, no. 29, 2010, pp. 210–20

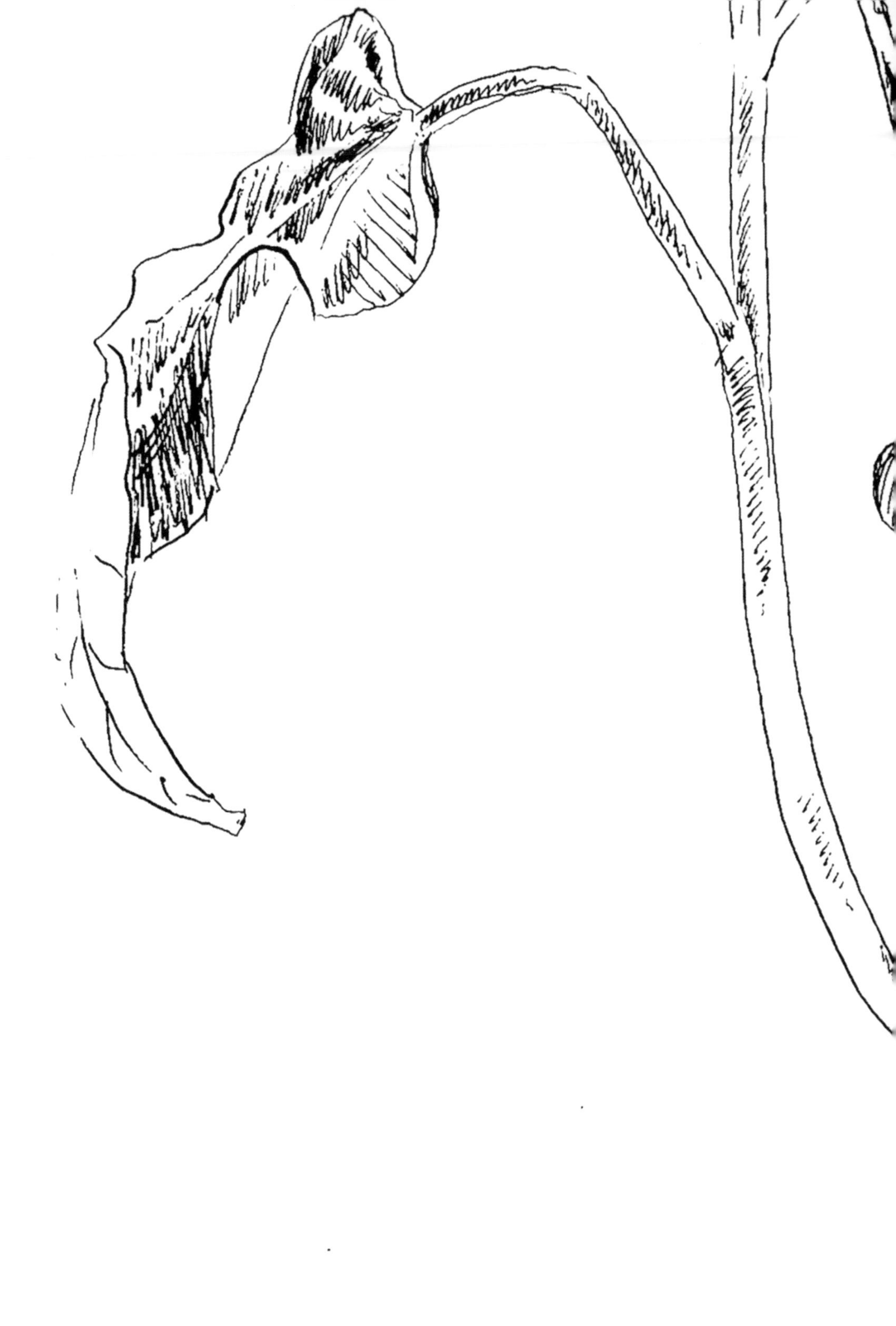

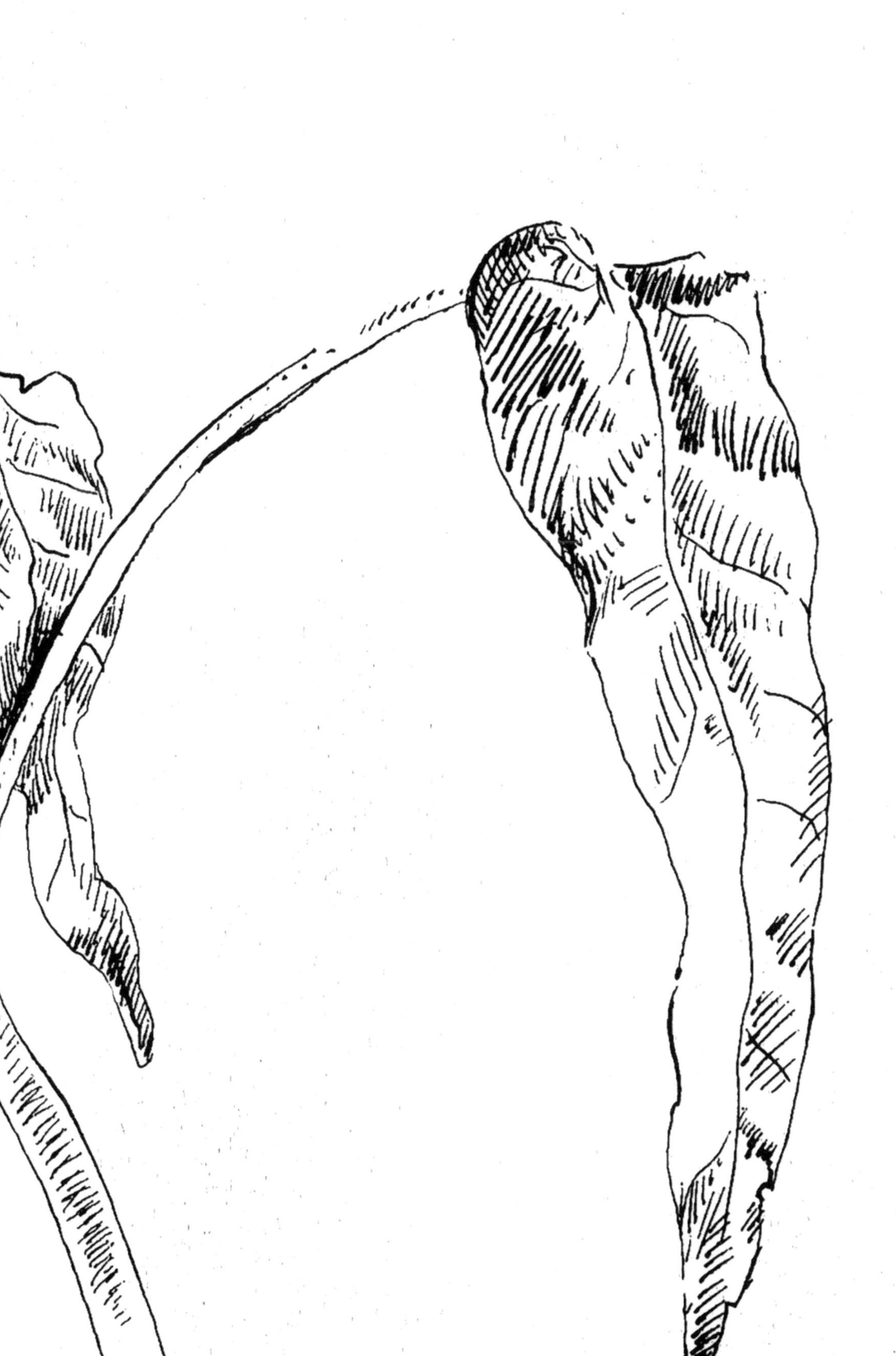

...mối quan hệ (không) đứt gãy của tôi với Tiếng Việt
Đỗ Tường Linh

Tiếng Việt/Vietnamese: thứ ngôn ngữ tôi đã được sinh ra, nuôi dưỡng cùng và đã sử dụng trong đời sống hàng ngày trong 36 năm qua.

Tiếng Anh/English: ngôn ngữ tôi bắt đầu học lúc 10 tuổi và đã sử dụng trong suốt 26 năm qua.

1.

Với tôi, Tiếng Việt là một ngôn ngữ rất đẹp và giàu chất thơ khi tôi còn học mẫu giáo và cấp một. Tôi thích hát và biểu diễn trên sân khấu khi còn bé. Kí ức của tôi về ngôn từ Tiếng Việt lúc đó rất trong sáng và quyến rũ. Một trong những bài hát tôi nhớ nhất là một bản dân ca Nam Bộ , 'Hai tay bưng dĩa í a bánh bò. Giấu cha, giấu mẹ chân đi khé né tối trời sợ té lén đem cho trò. Ì i í i i trò, là trò đi thi í i i trò, tình tính tang tang là trò, là trò đi thi í i i trò, là trò đi thi í i ì i í ì.' Chỉ có đúng hai câu trong lời bài hát và ý nghĩa của bài hát thì vô cùng giản dị, để kể về câu chuyện của một cô hay cậu bé giấu cha mẹ để mang bánh bò cho một học trò sắp đi thi. Biến tấu và sự tinh nghịch trong cách sử dụng tính từ Tiếng Việt mang giai điệu êm ái và tạo ra những âm hưởng không chỉ trong bài hát mà cả trong ngôn ngữ nói. Là một đứa trẻ thích âm nhạc và ca hát, đó là một trong những kí ức sâu đậm nhất của tôi với ngôn ngữ.

2.

Việc dời xa Tiếng Việt bắt đầu khi tôi mười ba tuổi. Tôi bắt đầu viết nhật kí bằng Tiếng Anh thay vì Tiếng Việt. Tiếng Anh đã là một ngôn ngữ bí mật mà tôi có thể giữ những suy tư và cảm xúc thầm kín an toàn khỏi thế giới. Lúc đó, chúng tôi đều học Tiếng Anh ở trường nhưng ngày nay không phải tất cả bạn bè cùng lớp của tôi đều thường xuyên sử dụng hay hiểu Tiếng Anh. Bố mẹ tôi chỉ hiểu một chút Tiếng Anh nhưng như mọi bố mẹ khác vào thời điểm đó đều mong ước cho con cái nói Tiếng Anh trôi chảy. Viết, đọc, nghĩ và nói bằng Tiếng Anh cho tôi rất nhiều tự do để khám phá những thế giới không tồn tại bằng Tiếng Việt. Khi chúng tôi lần đầu tiên có internet, tôi đã tham gia một số phòng chat (chatroom) và diễn đàn (forum), mở tài khoản email đầu tiên và kết nối với bạn bè khắp thế giới. Myspace, Yahoo 360, Hi5, Multiply... là một trong số những nền tảng trực tuyến mà chúng tôi đã sử dụng ngày đó. Nó là khoảng những năm 1999 hoặc 2000.

3.

Tiếng Anh đã trở thành bạn đồng hành của tôi trong cả cuộc sống riêng tư và công việc cho tới ngày nay.

4.

Năm 2015 tôi lần đầu tiên chuyển tới London và từ đó tôi đã bắt đầu viết lại nhật kí bằng Tiếng Việt. Tôi chưa bao giờ cảm giác gần gũi với Tiếng Việt như khoảng thời gian đó. Như thể người ta có khái niệm ngôn ngữ mẹ đẻ cũng là vì vậy. Khi phải xa quê hương, gia đình, ngôn ngữ mẹ đẻ mang đến rất nhiều sự thân mật, ấm áp và cảm xúc trong một thế giới lạnh lẽo và cô đơn. Tôi bắt đầu nhớ lại những vần thơ và câu chuyện bằng Tiếng Việt mà tôi cứ ngỡ mình đã quên từ rất lâu và không thể không ngẫm nghĩ tới sự tinh tế và sâu sắc của ngôn ngữ Tiếng Việt. Điều tôi học được và nhớ nhất về Tiếng Việt vào lúc đó là một cảm giác mạnh mẽ về tình yêu và chan chứa tình cảm. Như tứ thơ 'Chữ tâm kia mới bằng ba chữ tài' – từ Truyện Kiều. Nó luôn là một lời nhắc nhở nhẹ nhàng cho chính mình rằng dù cho mọi tham vọng hay thành công, điều quan trọng nhất trong đời là một trái tim chân thành và tử tế. Nó cho tôi tự tin cũng như dù cho tiếng Anh của tôi có đứt gãy đến bao nhiêu, tôi vẫn được thừa hưởng để có cảm xúc và tính thi vị trong tiếng Anh của mình.

5.

"Cuộc đời tuy dài thế
Năm tháng vẫn đi qua
Như biển kia dẫu rộng
Mây vẫn bay về xa

Làm sao được tan ra
Thành trăm con sóng nhỏ
Giữa biển lớn tình yêu
Để ngàn năm còn vỗ."

— Tôi dịch lại bài thơ Sóng (1967) của nữ thi sĩ Xuân Quỳnh năm 2016 sang Tiếng Anh

....my (un)broken affair with Tiếng Việt and English
Đỗ Tường Linh

Tiếng Việt/Vietnamese: a language that I was born into and have been using in my everyday life for the last 36 years.

Tiếng Anh/English: a language that I started to learn at the age of 10 and have been using for the last 26 years.

1.

Vietnamese was a fairly beautiful language for me when I was in kindergarten and primary school. I loved to sing and perform on stage as a child. My memory of the language at that time was so pure and alluring. One of the songs I remember the most is a lullaby from Southern Vietnam, 'Hai tay bưng dĩa í a bánh bò. Giấu cha, giấu mẹ chân đi khé né tối trời sợ té lén đem cho trò. Ì i í i i trò, là trò đi thi í i i trò, tình tính tang tang là trò, là trò đi thi í i i trò, là trò đi thi í i ì i í ì.' There are only two lines in the lyrics and the meaning of the song is very simple, telling the story of a young boy or young girl hiding from his/her parents to bring bánh bò some snack for an older student who is going to take the exam. The playfulness of the adjectives in Tiếng Việt has a soothing melody to the ears and creates rhythm to not only songs but in spoken language. As a singing child, that was one of my most profound memories with the language.

2.

My divorce with the Vietnamese language began when I was 13. I started to journal in English instead of Vietnamese. English was a secret language that I felt could keep my private thoughts and emotions safe from the world. At that time, we all learnt English at school but today not all of my classmates use or understand English that often. My parents only understand a little English but like all parents at that time wish for their kids to be fluent. Writing, reading, thinking and speaking in English gives me a lot of freedom to explore many worlds that don't exist in Vietnamese. When we first had the internet, I would join some chatrooms and forums, open my first email account and connect with friends around the world. Myspace, Yahoo 360, Hi5, Multiply... are some of the platforms that we used back in the day. It was around 1999 or 2000.

3.

English has been my companion in personal and work life since.

4.

In 2015 I first moved to London and it was then I started journaling in Vietnamese. I have never felt so close to Tiếng Việt like that time. It is like they have the name mother tongue language for a real reason. When you are far away from home, your mother tongue language brings you so much intimacy, warmth and sentiment in a cold and lonely world. I started to remember poems and stories in Vietnamese that I thought I had forgotten a long time ago and couldn't stop pondering on how sophisticated or sensitive the language is. One thing I learnt and remember most about Tiếng Việt at that time is a strong sense of love and affection. Like the verse Chữ tâm kia mới bằng ba chữ tài (The word heart is much more important than the word talent) from The Tale of Kiều - Truyện Kiều. It is a gentle reminder to myself that regardless of ambition or success, the most important thing in life is a kind heart. It gives me confidence that regardless of how broken my English might be, I am inherited to have the Vietnamese affection and poetic-ness in my English.

5.

'Though life is so long
Months and years still pass by
Regardless of the great ocean
The clouds still drift afar

How can one melt into
Hundreds of small waves
Into the great sea of love
To remain moving for thousands of years.'

— My translation of Vietnamese female poetess Xuân Quỳnh's Sóng (1967) ear - tai - Vietnamese

👂 - tsalinga - Rukai } Taiwan

👂 Paiwan }

👂 - tainga - Tagalog

👂 - tiliŋa - Uma (Borneo)

👂 - tiliŋ - Kairiru (East Sepik)

👂 - taliga - Sāmoan

👂 - taringa - Māori

👂 - telinga - Bahasa

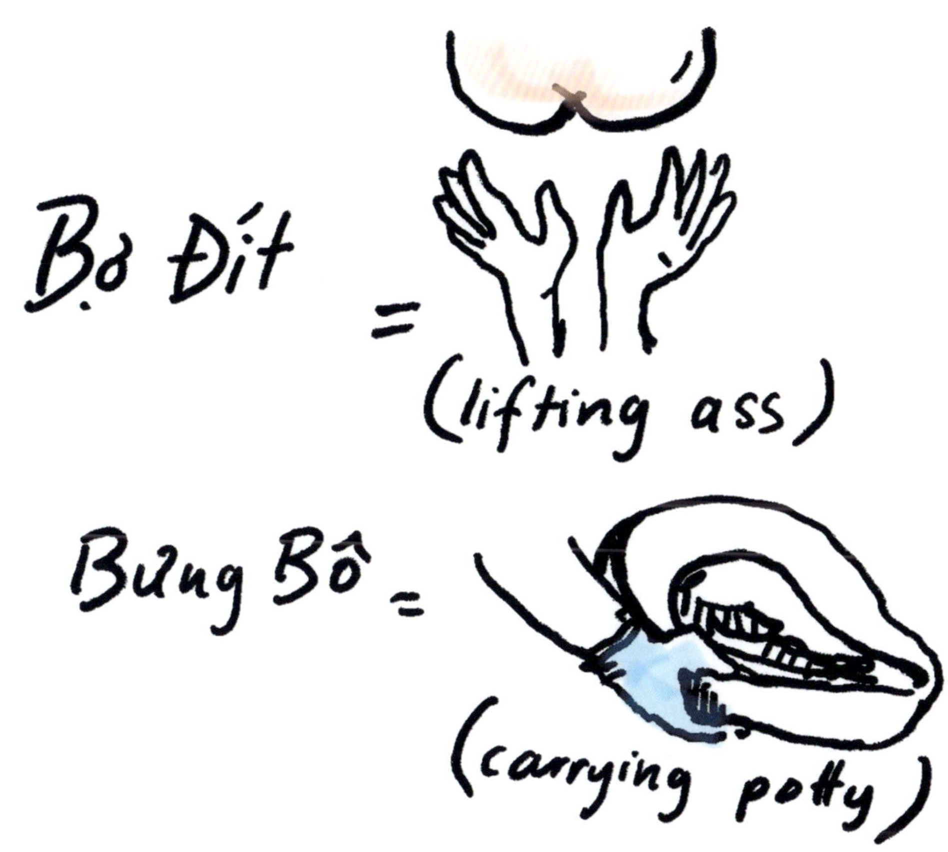

These terms for excessive and servile flattery may have a colonial association or word play with "Bidet"

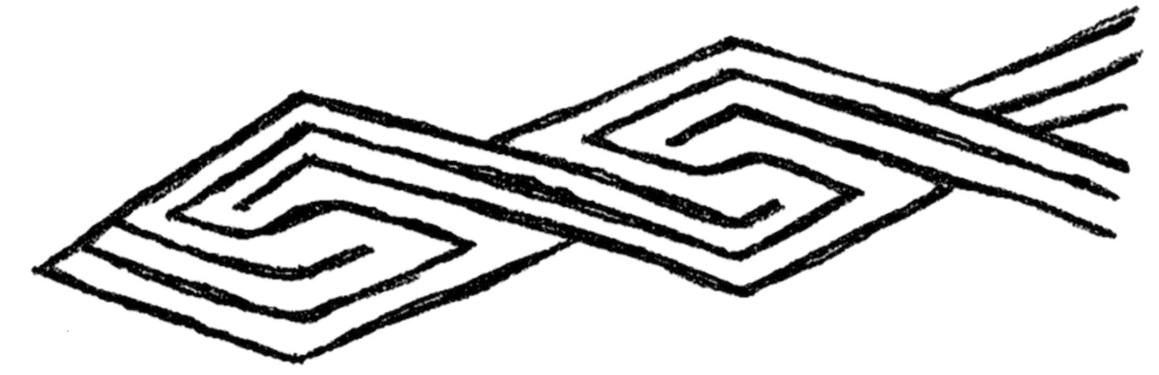

Đông Sơn Situla
"thạp" pattern
intervoven hemp
knot motif . . .

Mystery of the "**Stussy S**" solved!!!

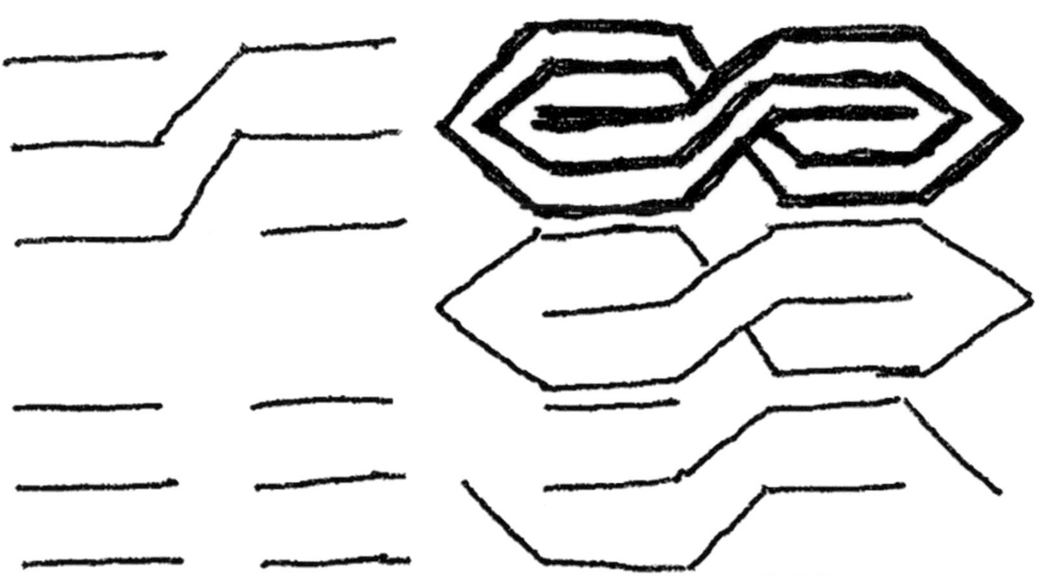

Lerty's Song

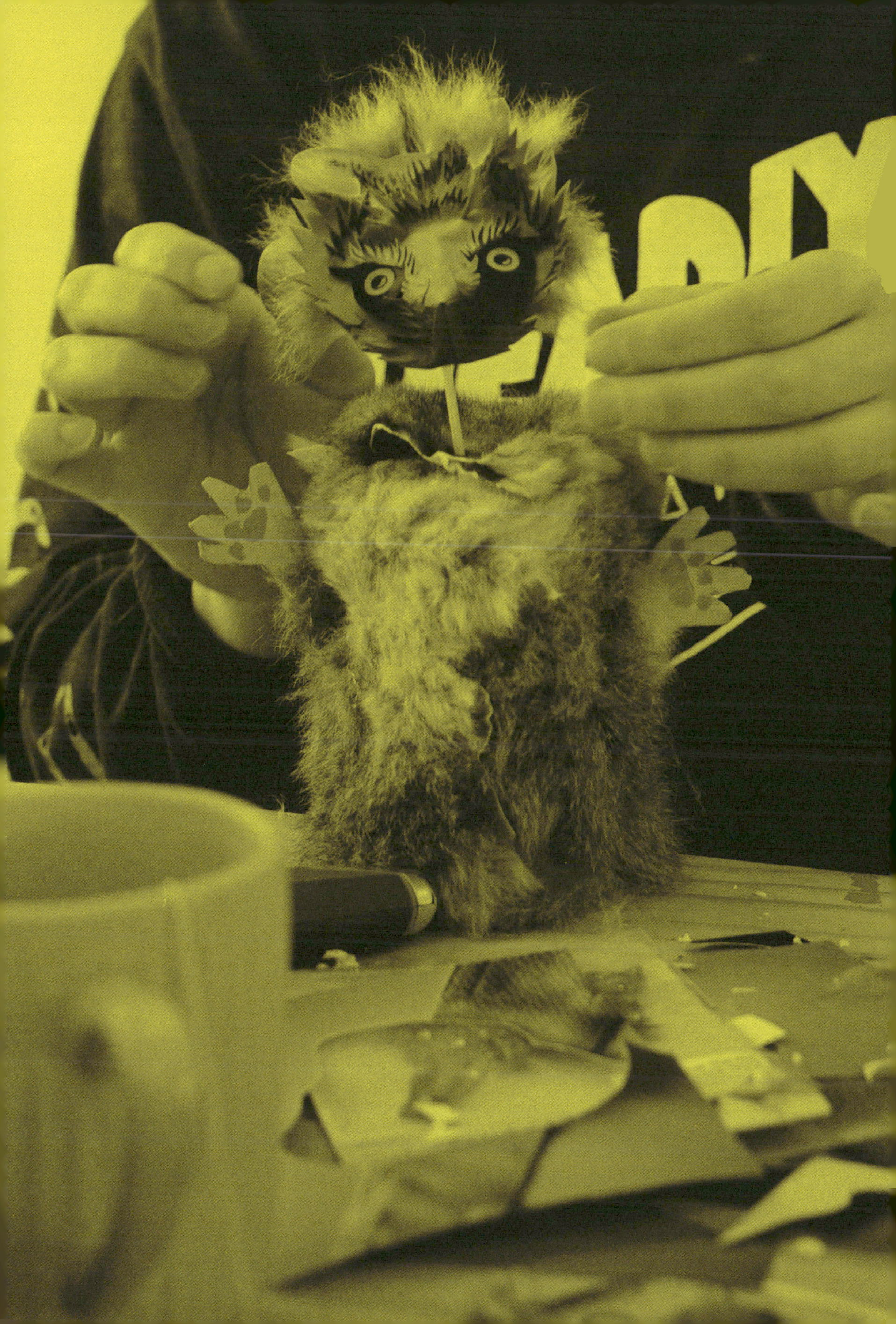

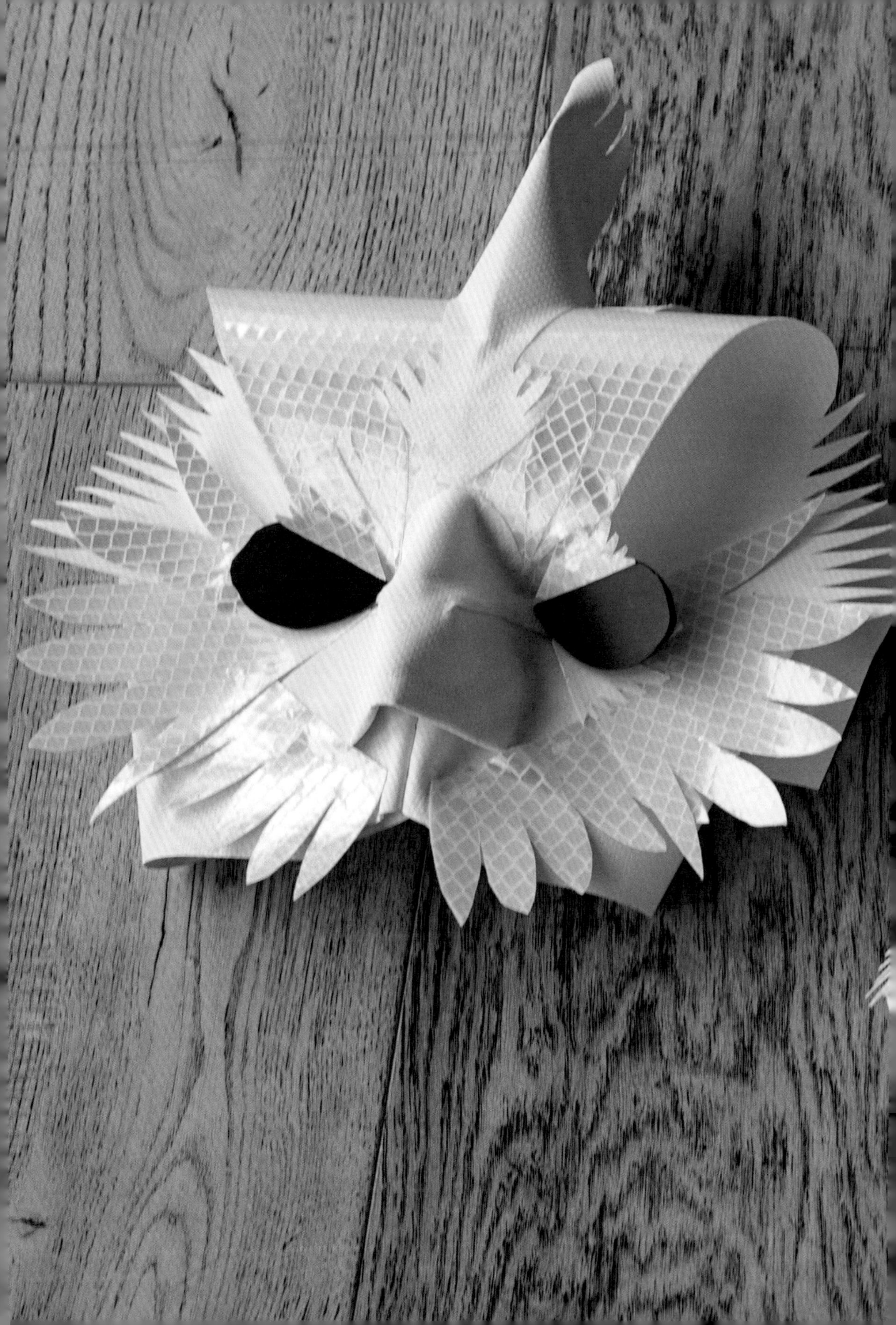

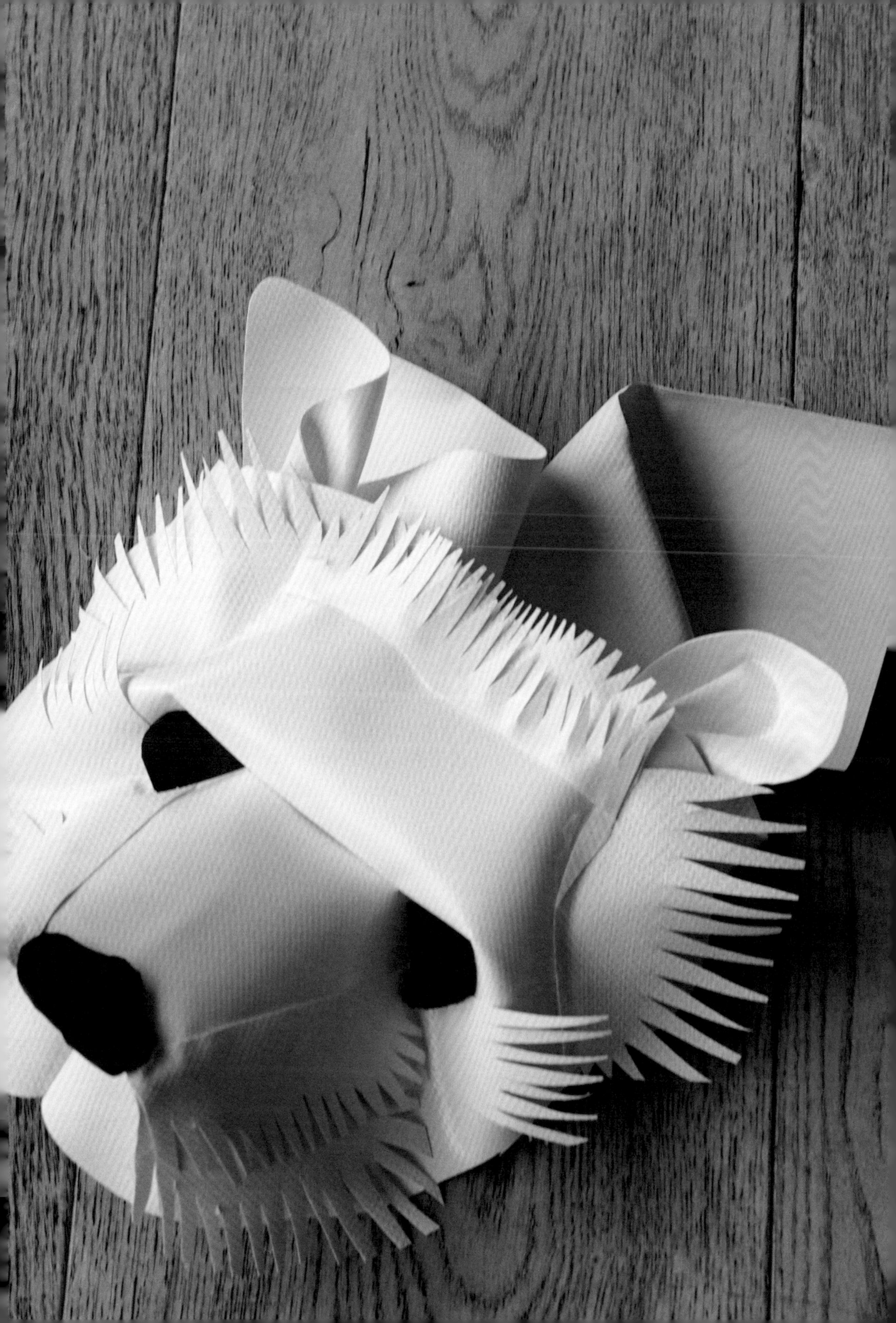

wurrungnganjinu murronu ba balit
Brooke Wandin

mamanik yurrongi dhumbungat

narrkwarrenik dhumba woiwurrung bambuth

narrkwarrenik dhumbu woiwurrung yalingbu

woiwurrung biikut

ngolngol wayibu worgonon

nganganhan ngol wariit

narrkwarrenik wurrung nganganhan

barrbuninhan ba dulapnhan

woiwurrung marrambiik

woiwurrung gurrkik

wurrungnganjinu murronu ba balit

Ngôn ngữ ăn vào trong cơ thể tôi
Brooke Wandin

Nhiều từ được góp nhặt từ

Cha tôi cho phép tôi nói chuyện với tất cả các bạn

Gia đình tôi nói ngôn ngữ này từ rất lâu

Gia đình tôi hiện vẫn nói ngôn ngữ này

Ngôn ngữ đến từ vùng đất này

Nhiều từ được góp nhặt từ khắp mọi nơi

Tôi tìm kiếm từ ngữ từ rất lâu rồi

Tôi nghe được ngôn ngữ của gia đình mình

Tôi rất hạnh phúc và tự hào

Ngôn ngữ ăn vào trong cơ thể tôi

KATE TEN BURREN

VOICE

being heard not heard.

PUPPET SHOWS

kinds of activities
100 Storey.

- puppet show. - Pussum Hunt
- activities for kids.

↓ How to tease it out

How to teach their kids.

- Gumtree & seeds - giving out seeds.
- caring for country.
  - This is where you are.
  - How does it feel when you are not listening to
  - How to show that care.

what we learn from this story

- shifting power dynamic.
- challenging parents.

- Co-design the workshop. tests. - use their space.
- design space at ACCA.
- ACCA education.

— we can do something at ACCA.

18 Dragon

19 Horse

20 Ant

21 Ant

22 Ant

23 Turtle

24 Koala

25 ~~His~~ Magpie

26 ~~Bat~~ Magpie

27 ~~Fish~~ Butterfly

28 ~~Cockaroach~~ Butterfly.

29 ~~Butterfly~~ Caterpillar

30 Snail

Caterpillar Monstera leaf

Magpies ~~[illegible]~~

Magpie

WILL ANYTHING

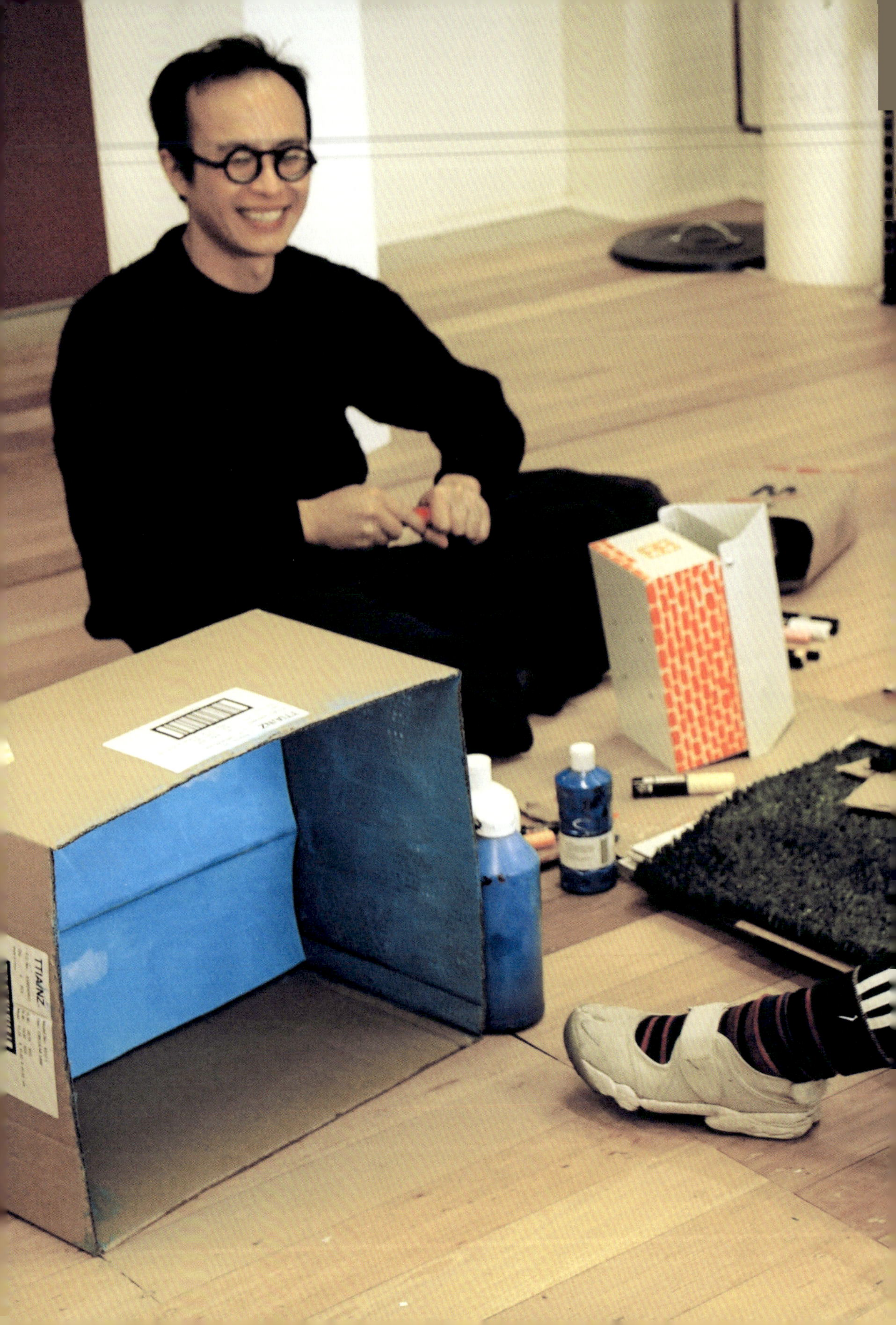

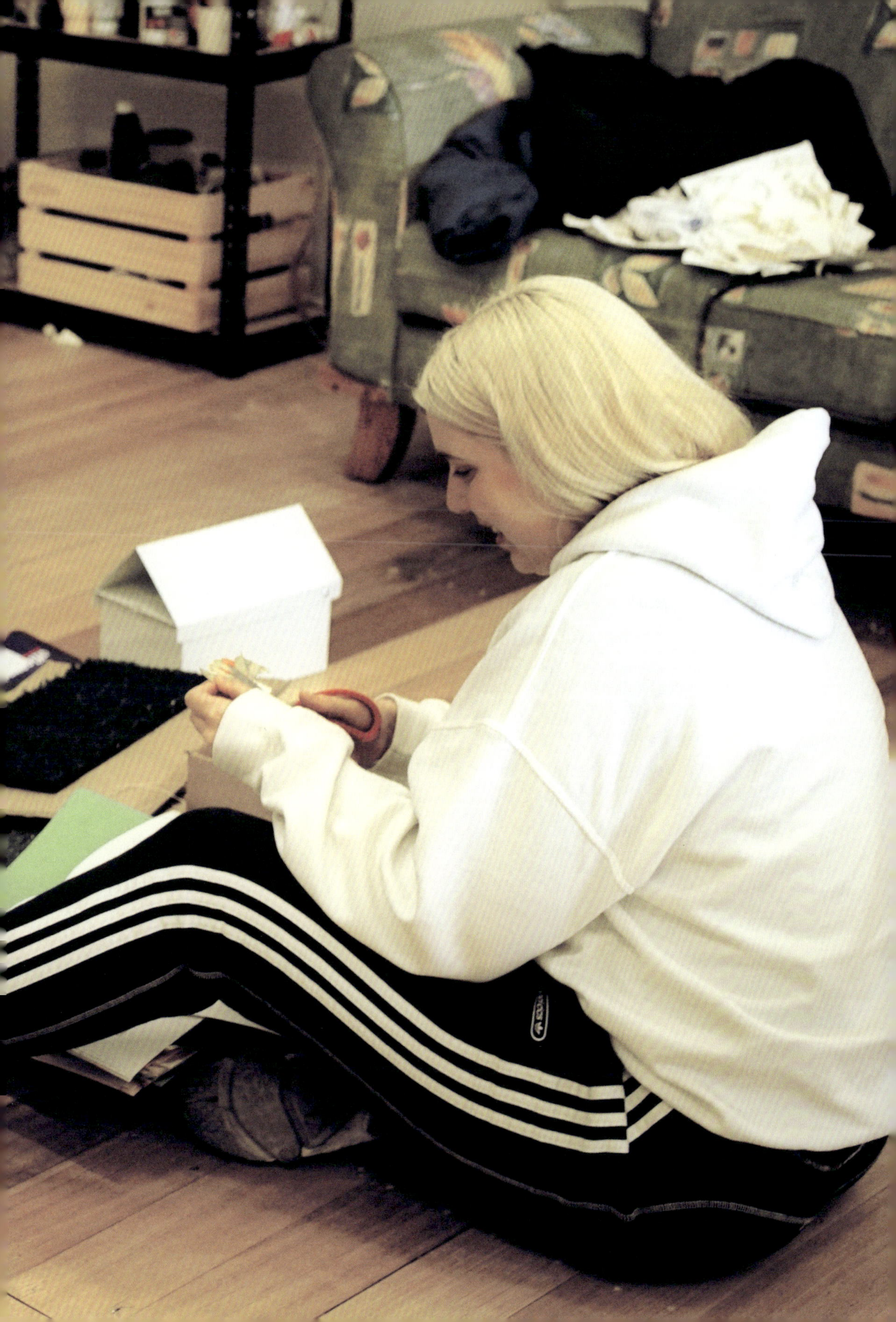

Cái con
Cọp Cái !!!

Cái thằng
Hổ Đực !!!

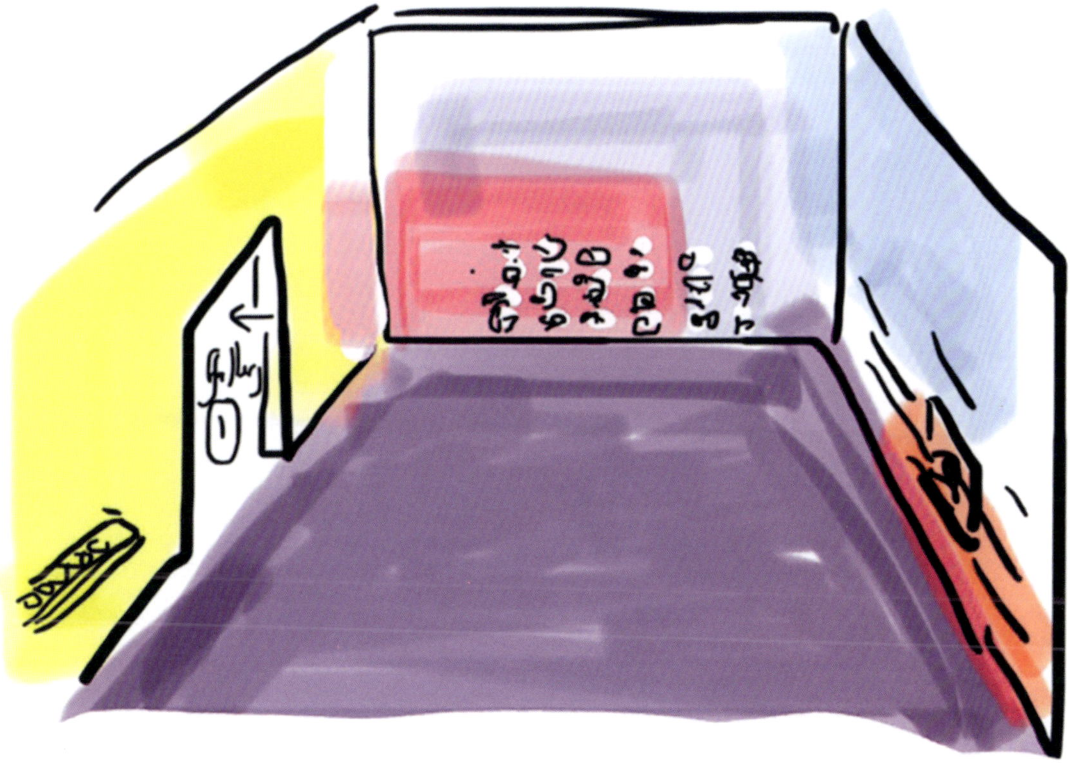

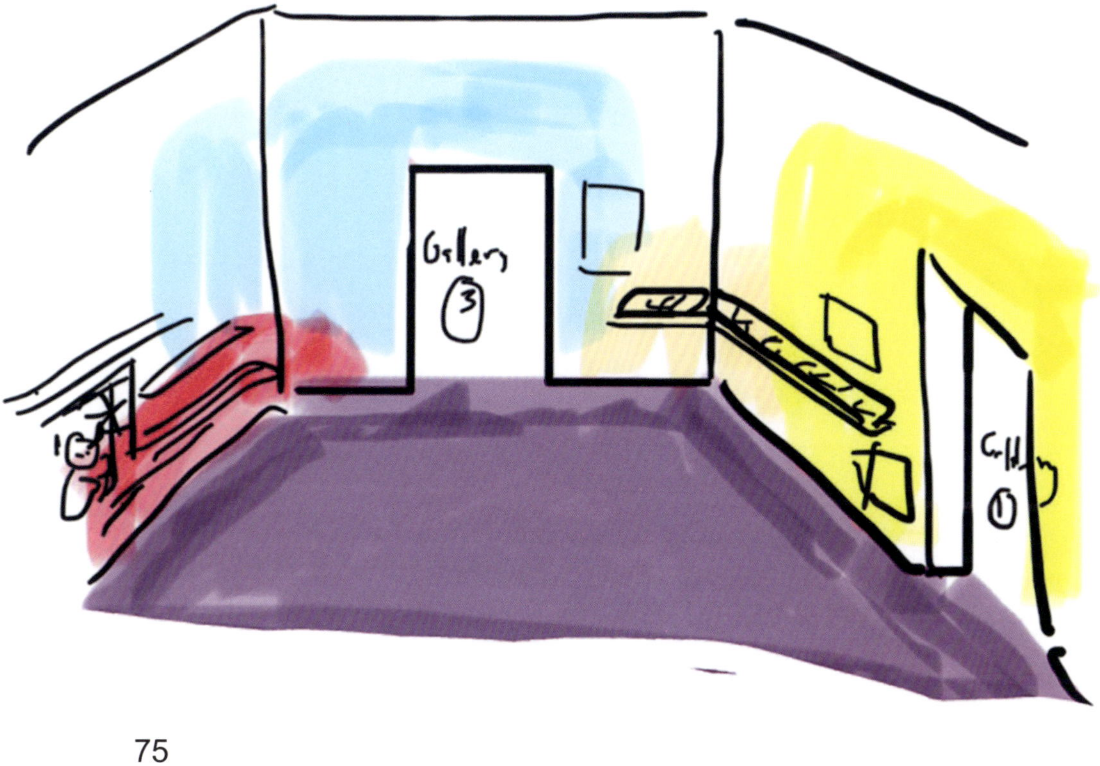

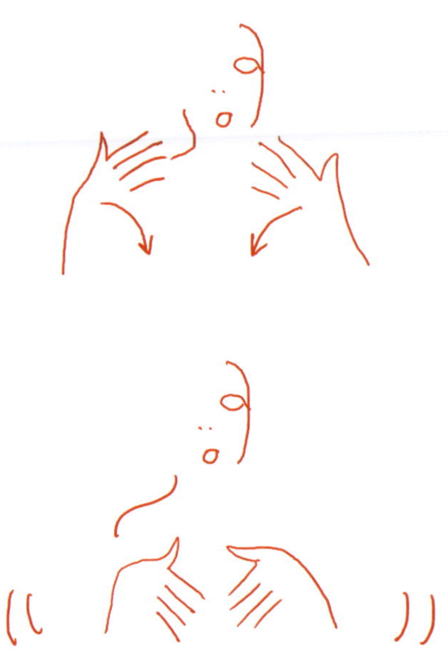

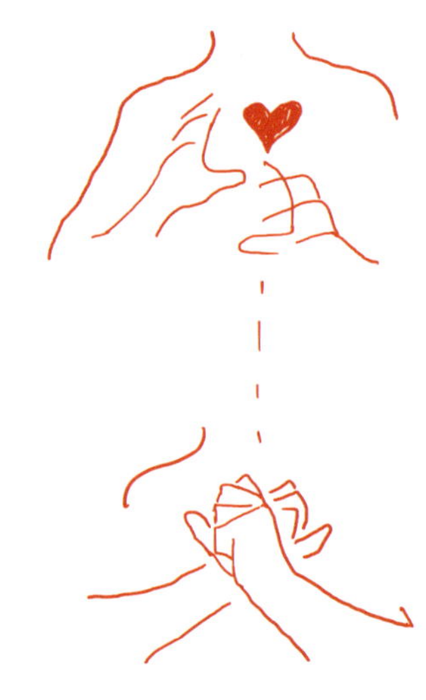

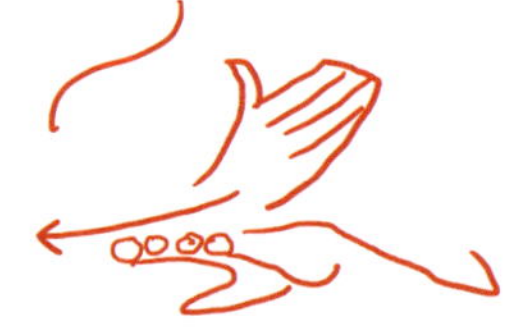

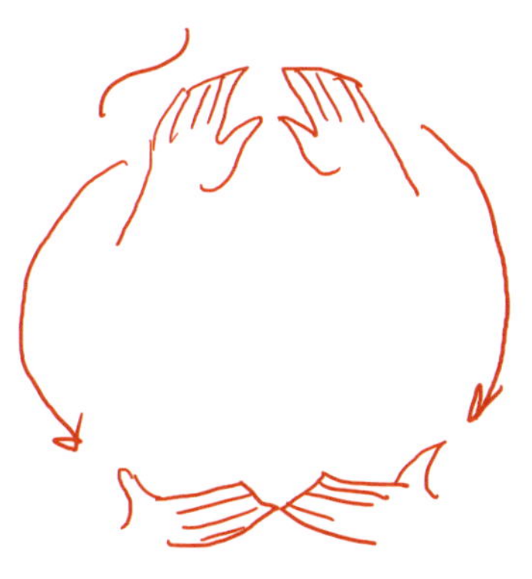

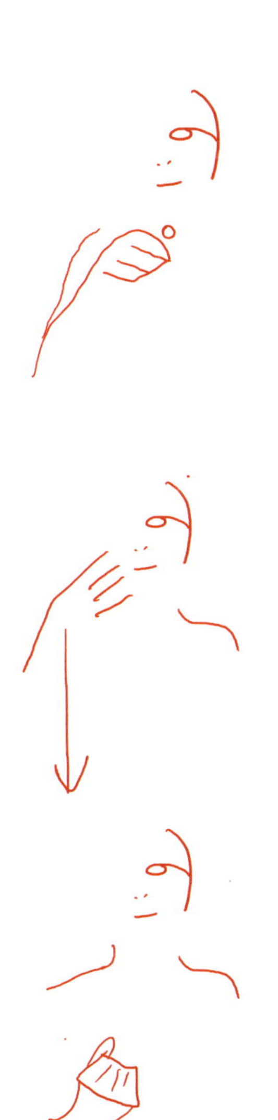

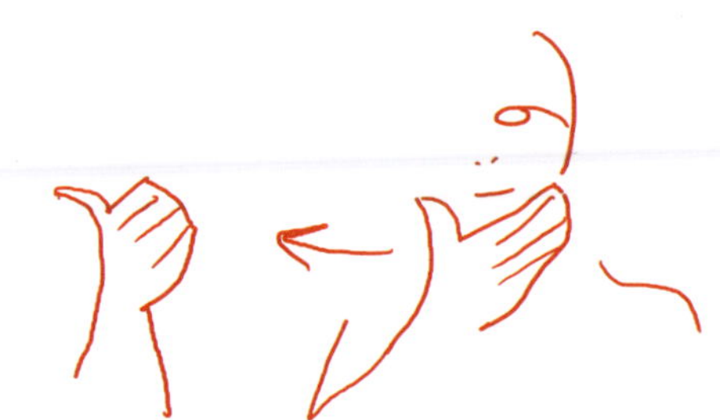

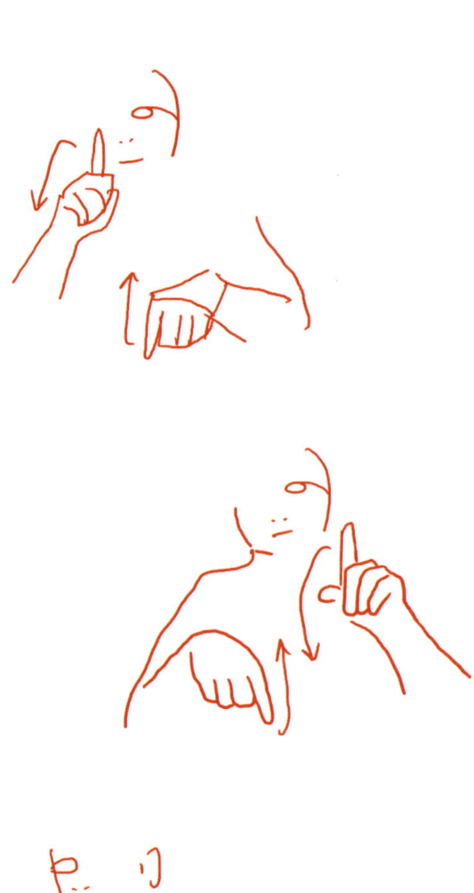

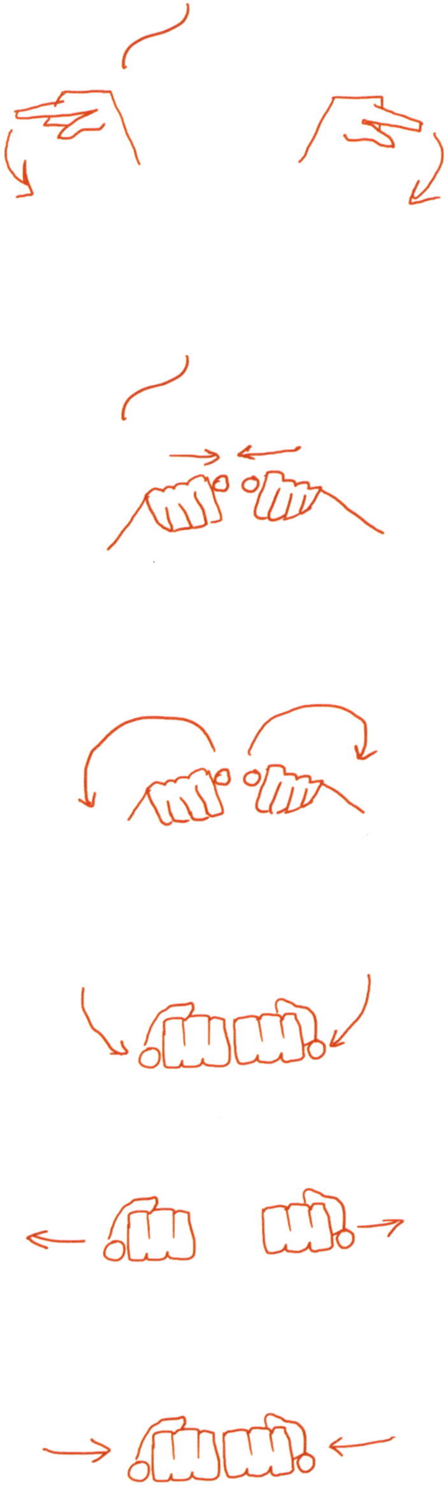

'O brave new world that has such creatures in it' — This is a line from the closing scene in the Star Trek episode, 'Is There in Truth No Beauty?' that aired in October 1968.

Rev. Père Marcel Pauwels of the Belgian contingent from the Pères Blancs (White Fathers) mission in Rwanda documented his observations of Rwandan culture and semiotic graphic language systems through the lens of Western assumed hegemonic delineation.

His writings were submitted to Anthropology journals and turned into textbooks teaching Rwandan schoolchildren about their own culture through his interpretation… sieved, sanctified, sanctioned. Whitewashed.

Many of the word definitions he gives are are, at best, misconstrued, lacking context vital to correct comprehension.

MOTIFS D'ORNEMENTATION DANS L'ARTISANAT MÉNAGER RWANDAIS

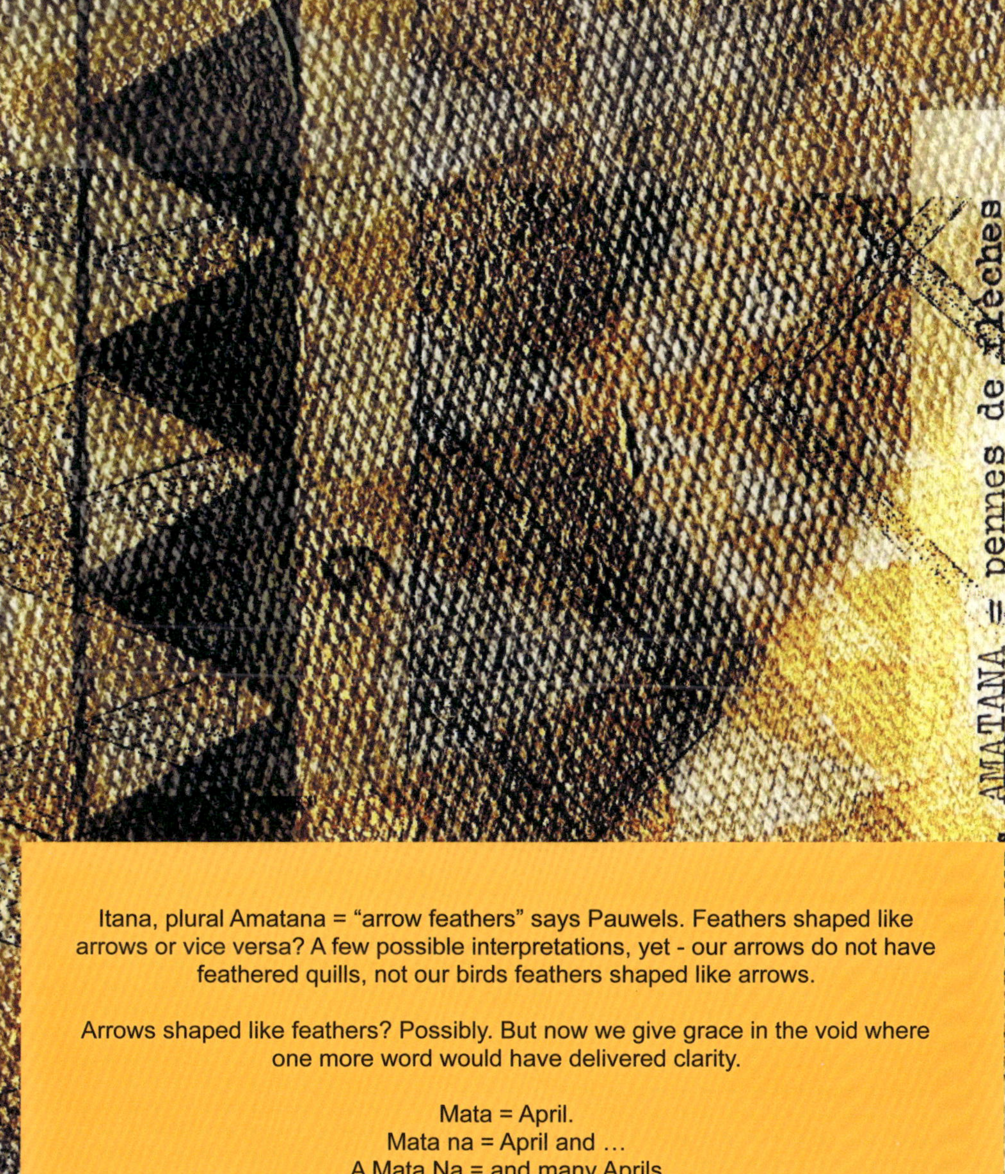

Itana, plural Amatana = “arrow feathers” says Pauwels. Feathers shaped like arrows or vice versa? A few possible interpretations, yet - our arrows do not have feathered quills, not our birds feathers shaped like arrows.

Arrows shaped like feathers? Possibly. But now we give grace in the void where one more word would have delivered clarity.

Mata = April.
Mata na = April and …
A Mata Na = and many Aprils

… have seen the arrows of Belgian colonisation from invasion in 1916, with devastating events every decade since hitting the bullseye of many Aprils.

Itana, in it’s truest and traditional form, means to tear apart.

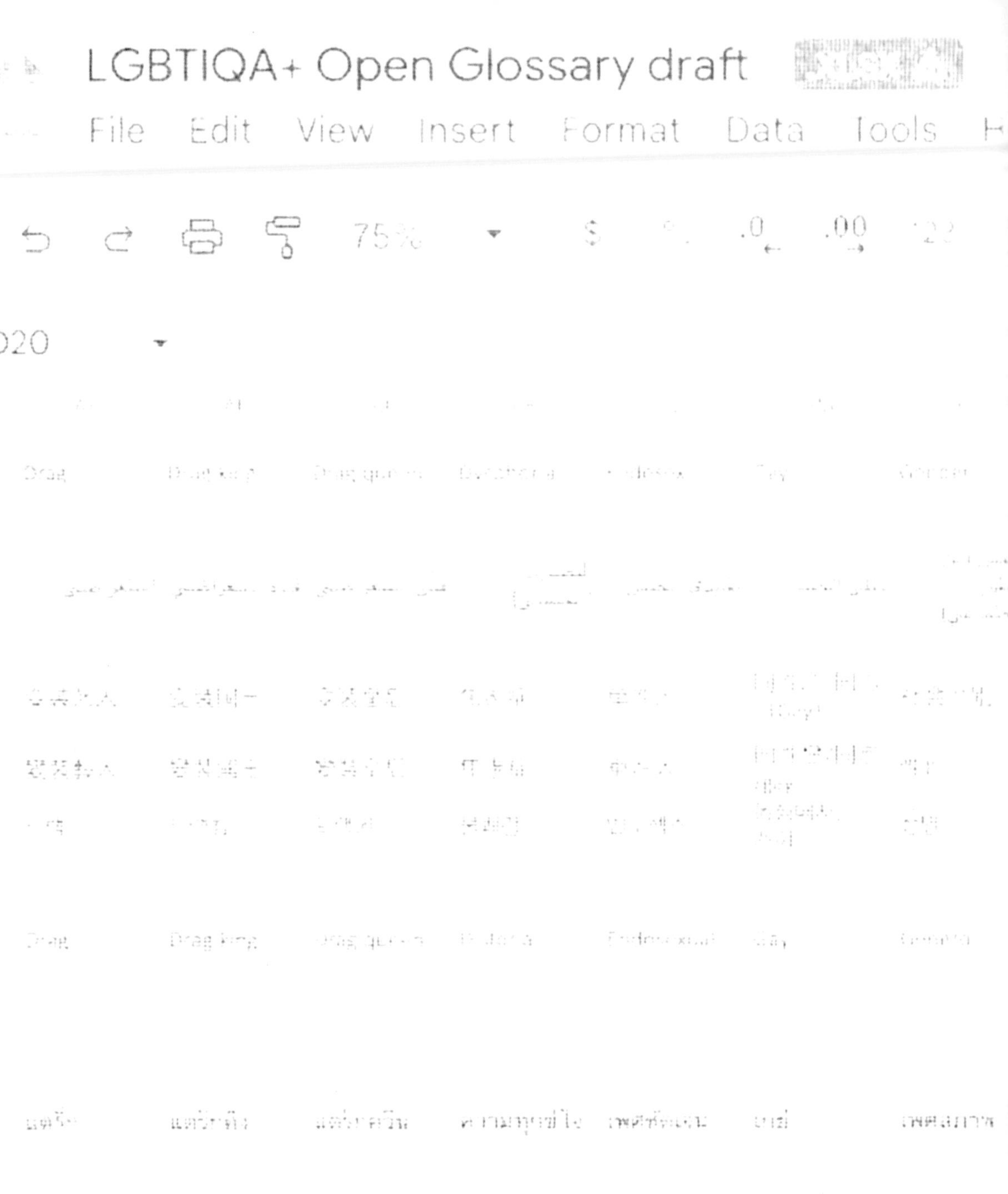
LGBTIQA+ Open Glossary draft
File Edit View Insert Format Data Tools
75%
DD20

James Nguyen and Shelley McSpedden in conversation

Shelley McSpedden: I love the title *Open Glossary*. Can you tell me what an open glossary is, exactly?

James Nguyen: For me, a glossary is always something that's alive and living, something that you constantly build on. It's something that you inscribe onto the page but also through your body, your people, your mouth, your words. So over a lifetime, you've built up your own glossary, and it really situates you in a place.

SMc: And situates you in a community. A glossary is also about how words are used between people and how they mark out relationships.

JN: Yeah, absolutely. Without those relationships, a glossary is pointless, right? It's all these connections, words that tie you to other people, other forms of thought, other histories. And without those histories, then it's just babble.

SMc: That's another interesting thing about your project, collating a glossary of terms around sexual identity, diversity and experience, formalises these informal connections and turns these living things into tangible tools.

JN: First off, what has been really important in this project is formulating these connections and relationships. My beautiful collaborators are friends or they're people that I've respected from a distance and it's an opportunity for me to connect with them and to work with them. My process is like an accumulation and accretion of their ideas, and kind of like attaching that to myself. So I'm kind of of like the lard that accumulates in the sewers of London. What do they call that?

SMc: A fatberg?

JN: Yeah. I feel like that's my practice, maybe it's a fatberg, collecting up all my friends.

SMc: I don't see it so much as a fatberg because I think you're a little bit more active than that, but I love the image. Perhaps a better metaphor for your practice is Hui or Hụi, a concept you are exploring in your project with collaborator Tamsen Hopkinson, which is essentially a context or forum in which to establish relationships between community members. This entails both an invitation for an encounter, but also the obligations and responsibilities, the tensions and the conflicts of that encounter. I see that concept of the Hui as a framework for how you collaborate as well. Right?

JN: Yeah, absolutely. I think that term, Hui or Hụi, has really wide spread reverberation throughout the Pacific, Moana and Asia. But then how I learnt about it was a really intimate personal encounter on Grindr.

SMc: Oh, really. Tell me more.

JN: So I was hooking up with this guy I met on Grindr, on the North Shore. So a bit fancy. And we were hanging out and sharing music and stuff. He's Pākehā, but he was born in New Zealand, and he's like, 'Oh, yeah, I've read this thing about how a lot of words across the Asia Pacific are common.' And he told me about how words like mata, which is eyes, or maka, and then I was like, 'Oh, wait a minute, in Vietnamese, mắt is eyes and also mặt is face.' I never thought about those connections. And when you do these kind of personal queer hook-ups, you have that obligation of conversation and sharing knowledge. And also, when you're hooking up with people, you're sharing a lot of sexual knowledge and care. You're having a good time, a fun time, but you always lay down the rules.

SMc: The parameters within which this encounter can happen.

JN: Absolutely. So from these really intimate encounters you accumulate these conversations, and then they get translated into something else that's much wider than that.

Like when I thought about working with Tamsen. Tamsen was my first Melbourne friend. I had a show at West Space, and I didn't know anyone. Tamsen, as the director at West Space at that time, took me around to galleries and art fairs like Spring where I met other artists. And it was such a lovely experience.

When I visited Melbourne, I was this visitor without any sense of space and I needed someone there to open it up for me and guide me through. Tamsen has curated me into shows, and I know Tamsen is a great painter and she's done incredible installations. And so I'm like, 'Oh, can you be an artist with me?' Rather than having the responsibility and burden of being a curator?

SMc: I like this idea of a person opening up worlds for you, in the same way that language does. And it's reciprocity, it's never one way.

This notion of encounter is also relevant to the way that you deal with exhibitions and the expectations of institutional spaces. My experience of working with you has been a joy, but I also think of you as a smiling subversive because you push against the expectations of the institution in these wonderful ways. Like in your use of athand materials or your quick, improvisational decision making.

JN: I think I can only do those forms of questioning, challenging and pushing, because I have my friends. I think if it was just me in this space, it'd be a completely different experience and those hierarchies would be really marked. And it's kind of fun, I've got my posse and I'm like, 'Let's push against Shelley.'

SMc: Because I'm such a tyrant!

JN: Yeah, yeah. And then maybe we'll bring Shelley back in.

SMc: I love that you think of your collaborators as your posse and that they give you power. It's been interesting watching you with your collaborators. Collaboration is a very well-established strategy, but what I've observed is a genuine commitment to taking on other people's ideas or giving them space. You're very open in the way that you bring people in. You have a real commitment to that process, of letting what comes out, come out. The important bit is the encounter, something being generated between people.

JN: I think there's a really strong trust with my collaborators, but also with the institution. ACCA has been around for decades now.

SMc: Well, it's our 40-year anniversary this year.

JN: Right. And that history means something, whether it be problematic or offers huge potential. That history and the institutional volume means something. And so when I work with you, I have to trust you. I can't always be pushing against you, because that's another form of cruelty. And that's not fun.

SMc: Obviously, what you're doing is an inherent critique of the institution and the restrictive nature of it, and an effort to open it up. It's easy just to do that critique, what you're doing is actually much more complicated. It's probing how we might genuinely expand what we do.

JN: And playing!

SMc: Going back to this idea of the power of language to open up or to exclude, I think one of the other interesting focal points of the exhibition is creating spaces in which language can be developed and used. In your work with Kate ten Buuren, for example, which creates a space for children to foster the use of language, it very much conceives of language as a living thing, that needs to be exercised.

JN: I think when I first proposed this idea to Kate, it was really didactic and weird. I was like, 'Let's work with children', and I guess because I'm part of the institutional structure and this is how my brain works, there's this kind of knowledge hierarchy. Discussions around the Voice to Parliament were going on, along with all of these conversations around sovereignty, land rights and treaty. It's all live, you know, we're in it. We're actively participating in it. And I was thinking, 'How are the kids going to use that language? We're using it in a particular way, but how are the kids using it? Maybe we can shape how to use it.' And that's kind of crazy! Because all these words that we're utilising, yes, the kids are going to use them, but they are going to use them in their own way.

Through having all of these conversations with Kate, I realised maybe the kids know better. All children, all human beings, even creatures, your pets, have a sense of justice. Everyone, deep inside their soul knows what's unfair. You know, when someone doesn't listen to you, when someone brushes you aside.

SMc: I think kids have a heightened sense of injustice.

JN: Yeah. It's laser! And I remember, as a kid, you have such little power. You're always in trouble, not because you're wrong, it's just the wrong context. You're always being misunderstood. You're always being ignored. So I became interested in how to develop that voice to actually stand up for yourself. The Voice to Parliament is actually a very specific form of decolonisation, but it's really important for the decolonisation of the whole population to actually think about justice. To think about, when you were a kid, what would you have thought was the right thing to do and how you find the words for it now?

SMc: Yeah, that's probably the case across the whole population. We all need to learn how to verbalise these things or to have these deeper conversations.

JN: And listen to other people.

SMc: Across all the works in the show, there's this invitation for participants to engage in an encounter without a prescribed outcome.

JN: But then that invitation, again, comes with rules. It comes with forms of engagement and forms of little, minor disruptions. And that's exciting. None of the ideas in the show are particularly new or ground-breaking but how we think about being with others and with words and text is really important to me. It's that thing where maybe an Excel spreadsheet is great, and that's enough.

SMc: Let's talk about white shirts. During the project's development, you and I have been collecting second hand white shirts in various ways, inviting people to donate them for use in the exhibition. One of the main installations in the exhibition incorporates hundreds of these donated white shirts. In some senses, the white shirt is a screen on which anyone can project their own associations. The ways you're bringing these individual, used white shirts together, really speaks to what your practice does, these different perspectives being brought together as a whole.

JN: I think the first exploration of this idea was with Kate Britton for an exhibition at Firstdraft in Sydney. The title of the exhibition was *Love Letters*. And I thought, what is a love letter? How do you formalise text and exchange? I thought maybe for me a love letter is just asking people to bring or give, donate or lend their shirts.

And because I've been trained in Western art, you know, high minimalist, formalist aesthetics at the National Art School, I decided to keep it to white button up shirts.

SMc: And that's another nice push and pull in your practice, right? You are tapping into these Western aesthetic histories. But you're also bringing your own perspective to it and inviting other people to bring theirs in too.

JN: It's a kind of multilingualism. It's not just lingualism, as in words and texts, it's lingualism even in how you make art. It's a communication of art and objects and practice. Why shouldn't I have been multilingual in the Western art historical canon, as well as ethnic diasporic canon. That just gives me more tools. And of course, the white shirt has these Western overtones of colonisation, where lots of brown people have to wear white shirts to serve and be presentable in a colonial public. And then you have to wear white shirts even in sweaty Saigon, or India, or wherever. But you persevere. And then a lot of cultures take on the white shirts and then make it part of traditional costume. And they become important in holy rites, and during Huis or meetings. That white shirt is a form of respectability. And that's complicated. Why reject this symbol of oppression when it's infiltrated our own cultural every day. You can't completely obliterate it.

That complexity of that white shirt, to me, is just life. You put things on, you take things off. Everything carries a little bit of you, your memories and the people and the connections that you have. I really wanted to draw out that connection by linking buttonhole to button between the shirts, creating something that's a big mess, like a fatberg.

SMc: Going from the grotesque to the sublime...

JN: It's that sublime thing when you're a kid of running through washing, running under the Hills Hoist, you've got sheets, you've got shirts, you're hidden away. It's that memory of childhood and play.

For me, that memory is also bound with my family's own garment factory. And that blending of memories where you're having fun but also having to deliver three to four-hundred garments within the week. And you know, when you're little and you have small hands, then you can do really quick buttoning, faster than the adults. So everyone comes to you for buttoning, and you trim all the cotton. And that, again, is collaborative making.

SMc: Obviously you've got your posse of collaborators, but I also loved how your family rallied in a myriad of ways for this exhibition.

JN: So I drew on Mum and Auntie to help me but they struggled to find shirts second hand because often people don't keep unwanted, old white shirts. But then, two weeks later, they called me up and said that a friend of a friend knows that we can buy old and second hand white shirts by the kilo. So they are almost unsalable. It's better than buying brand new white shirts and adding to the economy of waste.

SMc: It sounds like they love being part of your projects. Or at least they have that family attitude of making things happen for each other.

JN: Um, you know, it's not without costs. Because every time I visit Sydney, there's a ceiling to paint, blinds to put up, renovations to do before I'm allowed to do anything else.

SMc: Well, that's part of the deal, that's the exchange.

JN: So again, collaborations aren't all this happy ethnic lah lah. It's actually work.

SMc: It's a commitment.

JN: Yeah, absolutely. You have to do the time. Yeah. There will be a bill for this.

SMc: In labour.

JN: In labour and in emotional exploitation. But that's the thing, it's always this kind of push and pull. And that's really dynamic and fun. And that goes across all types of relationships.

What's really interesting is that my parents, even after 20 years of me coming out, are still reticent about me in public, like 'Oh, stop being so flowery and queer in public. Because our community is not ready.' But then I'm like, okay, that makes sense because they have to live with their friends, they have to go to church or whatever, and deal with gossip and all of that. And that's fine.

When you're working with a gallery, there's this expectation that when you're queer, you want to celebrate it and be outrageous. And you want to bring your ethnic community in. But actually, that's really dangerous. What if my parents get ostracised? And I'm not in Sydney to give them the social support that they need. So it's always very complicated, it's not an easy thing. You shouldn't take your parents help for granted. You shouldn't take the care that your collaborators put into the work for granted.

SMc: They are relationships where you need to take care of each other. They're not just material for you to…

JN: Extract! And a lot of times, when you're working within cultural institutions, if you don't have the strength of your collaborators to help you, it's so easy to be extracted. To make these beautiful installations that actually put your identity on display.

Throughout this whole project, all of us have talked a lot about this, it's a constant push and pull that you need to develop as a person who's in between multiple communities.

The term that they use in translation is language brokering. So you're kind of like this broker. You've got to always navigate and if the broker pisses anyone off, they'll lose their commission.

SMc: This idea of care and creating a safe space is especially relevant to *Open Glossary*, your project with collaborator Budi Sudarto. There's been a change in your approach to that.

JN: Yeah. Because being trained in this Western canon, you just look at things from a very aesthetic, conceptual way. So the idea of riffing off Chris Xu's *Letters for Black Lives* project, and developing a glossary of multilingual queer terms for people from multiple different language groups, to know how to come out to their families, to know how to talk to the ethnic communities in a way that's not denigrating, is conceptually really powerful. Easy! Let's set up this Excel spreadsheet, let's have endless languages, and a series of key words, and we'll open it up for anyone's input and help people.

SMc: Everyone can participate, and we can foster this community.

JN: Beautiful concepts but through so many discussions with Budi, they're like, actually, no, because currently the political climate is such that a lot of the translators that Budi has been working with and a lot of the community activators, have actually been attacked online. Even projects like Rainbow Story Time have been really hyped up at the moment. When queer people have fought for and gained really important space and visibility, there's always a reaction. And that reaction is really insidious. And what has been happening is that far right people have actually really gotten into our own ethnic communities during the pandemic. We haven't been around our parents to nudge them, to balance that ideology out. Even my parents are consuming all this material online in their language, and it's a few super far right people, and slowly that changes the way they think. It's kind of this incredible thing right now where we have marriage equality, we have so many forms of legislative equality. In America right now, anyone who's gay can give blood. That's amazing! But simultaneously, there's so much violence and abuse that's still happening, and that wears you out, and you're constantly having to fight.

SMc: It's almost harder in some ways, because it feels like it should be safe, but it's not.

JN: So to do a conceptual artwork where a community of translators would be unsafe and prone to attacks, and that people would hack into our open Excel spreadsheet to corrupt the various translations. That would be really violent and horrible. It would be really easy for someone just to sneak in, add one wrong word or letter to change the meaning, and suddenly we're being attacked. So we ended up deciding to bring it back to basics. Instead of having it open, let's contain it a bit, or put it on hold.

SMc: And be responsive to the context in which you're working.

JN: It's that negotiation and really spending time with these words and really thinking hard about them and how you care and protect them. And materially sit with them. And materially sit with the people you're working with. That's always so important.

SMc: In a show that celebrates the beauty and slippage of languages, translations, emissions and all of those things together. Have you come across some favourite terms?

JN: There's a Chinese word for slay which means 'completely obliterated'. And also, I've met Dinh Nhung, who has made this incredible queer glossary in Vietnam, under a communist regime, and has published these two glossaries on queerness, and queer life, and the dynamic form of language that's evolving. Diasporic Vietnamese, like me, are so far away from that. So we are being left behind. But through this project, I've been able to connect with her. One of the beautiful phrases I discovered through the glossary is, 'Don't worry about vomiting silk.' Silk is always seen as this kind of soft, queer, feminine thing, but it's actually very strong. And a person who vomits silk is a 'poofter'.

SMc: Oh, it's beautiful.

JN: Yeah, and I'm like, let's just vomit silk. And I love these coincidences, where it is back to textiles. So many of these cultural things you know, so many historic things – Southeast Asia, so many forms of textiles histories, Australia's history, with the deregulation of the garment industry in the 1980s as we were globalising – these things looping back on each other and forming a big, fat fatberg.

★★★★★ a year ago

nice spot for photos with your car

Helpful

•••

5 months ago

Sooo strange... unbelieveable. Looks like somebody crazy throw different things inside building. Which looks very impressive outside. But exhibition can really made you feel sick and mentally ill. Who really create and sponsor it? Ridiculous use of such amazing building. And this inside isnt art at all

★★★★★ 3 weeks ago **NEW**

(Translated by Google) A museum that exhibits contemporary art. Free. There was no collection display. There is a cloakroom. A nice staff member took care of my backpack. When I went to see it, the exhibition by Mithu Sen was very impressive. If you're not interested in contemporary art, I don't think there's much point in going there, but I definitely recommend it to art fans.

(Original)
現代美術の展示をしている美術館。無料です。コレクション展示はなかったです。クロークあり。感じの良い職員の方が私のバックパックを預かってくれました。私が見に行ったときはMithu Senという方の展示をしており大変見応えがありました。現代美術に興味の無い人はあまり行く意味ないかなとは思いますが、アートファンにはぜひお勧めします。

★★☆☆☆ 3 years ago

(Translated by Google) It was a bit scary and didn't feel like an ordinary exhibition. But since it's free, I recommend going there at least once.

(Original)
조금 무섭고 평범한 전시회느낌이 아니었어요.하지만 무료라는 점에서 한번씩 가보는걸 추천드려요

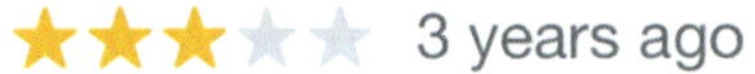
3 years ago

(Translated by Google) free, ok

(Original)
免費，還行

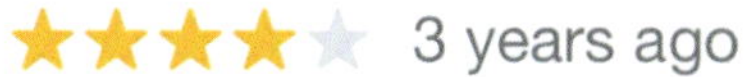 3 years ago

(Translated by Google) Not really my taste but only recommended for every art lover!

(Original)
Nicht wirklich mein Geschmack aber für jeden Kunstliebhaber nur zu empfehlen!

★★★☆☆ 3 years ago

(Translated by Google) It's modern, but I don't think there was anything worth seeing.

(Original)
현대적이긴 하지만 볼만한 작품이 없었던 것 같다

★★★☆☆ 3 years ago

(Translated by Google) A museum a little away from the city. It seems that the exhibits change regularly. I stopped by while sightseeing, but I encountered an elementary school extracurricular activity. The exhibits were incomprehensible and incomprehensible to ordinary people. There is nothing around, so you don't have to make time to go there.

(Original)
Cityから少し離れた美術館。定期的に展示物が変わっていく模様。観光ついでに立ち寄ってみたが、小学校の課外活動に遭遇。展示物は、一般人の自分には理解できない、よくわからないものだった。周りに何もないので、あえて時間を作ってまで行かなくても良いでしょう。

Artist biography

James Nguyen was born in Bảo Lộc, Việt Nam in 1982. He currently lives and works in Naarm, Melbourne. Nguyen's work engages with decolonial practice and minoritarian language-brokering. This is explored in how ethnic poetry, performance, cinema, sculpture, and cinematography can trouble settler-colonialism, the diasporic absurd, and of course, gambling.

Nguyen has presented work throughout Australia and abroad since 2013, regularly doing performances for local and international exhibitions, festivals, and community events. Notable presentations include Guangzhou Academy of Fine Arts, Guangzhou, 2014; Sculpture by the Sea, Sydney, 2014; the Australian War Memorial and the Australian Government at Sàn Art, Hồ Chí Minh City, 2018; alongside collaborative projects including *Sentient: Murray River* with Abigail Moncrief at the Murry Art Museum Albury, 2018; *CONNECT* with Victoria Pham, curated by Tamsen Hopkinson at Footscray Community Arts Centre, 2021; *Re-Tuning* in collaboration with Victoria Pham, curated by Michael Do at the Sydney Opera House, 2022.

Notable academic work includes the book *LÀM CHÓ BÒ, MAKING TROUBLE* published by Discipline, 2023; a Keynote speaker for *Wominjeka Djeembana Indigenous Research Lab Conference,* Monash University Melbourne, 2022; *ABC Top 5 (Researchers for the Arts),* 2021, and AAANZ Research in Focus Prize, 2021. Nguyen has also participated in *Forms of Migration: An International Conference on transnationalism and Aesthetics,* University of Graz, workshops for the Studio for Conceptual (Post-Conceptual Art Practices) at Kunsthalle, Vienna, 2017; and Performance Studies International Conference, Hamburg, 2017 with Dr Veronica Tello.

Nguyen has also worked on various collaborative curatorial projects including *The Trace*, 2018, Wellington St. Sydney, with Grace Partridge, Curator and Producer, Antidote. Nguyen has also curated *Love and Monsters,* at PACT salon with Digby Webster, 2018, *Alphabet on Air*, an installation, podcast and film project in the East Village in 2016 with Carly-Anne Kenneally,, and the multi-site, and multi-centred curatorial exchange between Australia and China called *Astute Art Investments International* with Joanna Bayndrian, Veronica Shen and Nikki Walkerden (2014-2018). Nguyen has also worked with artists Ciaran Begley and Consuelo Cavaniglia to run and host *A Curator Visits,* an online archive and facilitated program of curatorial studio visits of emerging artists with local and international curators.

Recent group exhibitions include *Now You're Speakin' My Language,* curated by Kate ten Buuren, NOWNESS ASIA and Institute of Modern Art, Brisbane, 2023; *The Great Granville Garden Show,* curated by Talia Smith, Granville Centre Art Gallery, 2023; *The Unseen,* curated by Liz Chang, Blacktown Arts Centre and Parramatta Artists Studio, 2023; *Mình* curated by Sheila Pham, Fairfield City Museum and Art Gallery, 2023; and *Treatment III,* curated by David Cross and Cameron Bishop, Public Art Commission, Altona, 2023.

Nguyen graduated in 2005 with a Bachelor of Pharmacy at Charles Sturt University, Wagga Wagga and was trained in palliative and aged care pharmacy at Liverpool and Braeside Hospital. He made a turn to art and completed a Bachelor of Fine Arts (Hons) at the National Art School, with the support of the Clitheroe Foundation Art Prize in 2012. Nguyen then completed a Master of Fine Arts at Sydney College of Arts, University of Sydney in 2014 which saw him complete a residency at Parramatta Artists' Studios, travelling to Beijing as part of the 4A Centre for Contemporary Asian Art Residency, and then New York City to complete a Collaborative Fellowship at Union Docs, Centre for Contemporary Documentary Arts with the support of the Anne and Gordan Samstag Travelling Fellowship. Returning to Sydney in 2016, Nguyen began a Three-Year Residency at PACT Centre for Emerging Artists. In 2018 Nguyen joined the Gertrude Artists Studio Program and spent part of the COVID lockdowns in Melbourne City to complete a PhD from the University of NSW in 2021.

For further information:
Instagram: @jamesnguyens

Website:

Contributor biographies

Collaborator biographies

Tamsen Hopkinson

Tamsen Hopkinson (Tāmaki Makaurau Auckland, Ngāti Kahungunu ki Te Wairoa, Ngāti Pāhauwera) is an artist and curator from Aotearoa based in Naarm Melbourne, Australia. Her practice is an expression of Tino Rangatiratanga, Indigenous Sovereignty and considers ideas around education, language and translation, and materiality and sound. She is interested in alternative exhibition models informed by collaboration, artist-run-initiatives and community organisations.

Hopkinson has held curatorial positions across key contemporary art organisations in Naarm over the last decade including West Space, TCB Art Inc, un Projects, Footscray Community Arts and The Substation. She is the co-founder of STUDIO, an educational resource that aims to document and communicate across multiple art forms, alongside Woody McDonald. Hopkinson currently works as a Teaching Associate at Monash University Faculty of Art, Design and Architecture (MADA) and is a board member of INPlace based in (Laughing Waters).

Budi Sudarto

Budi Sudarto (they/them) is a community advocate, experienced trainer, and consultant focusing on intersectionality, equity, and justice. Sudarto came to Australia as an international student in 1998 and was introduced to queer theory during their study at Monash University, and completed an Honours degree in Arts (Sociology) with a focus on queer theory and identity. In 2004, Sudarto submitted a Master's thesis in Sociology that explored the experiences of gay Asian men in Melbourne. During their study, Sudarto was a volunteer peer facilitator at the Victorian AIDS Council/Gay Men's Health Centre as well as an active member of the Monash University Queer Collective.

Sudarto made a commitment to advocate for systemic change after experiencing systemic injustice and racism at a mainstream LGBTIQA+ health organisation as well as homophobia and gender-based discrimination in ethnic and faith communities. As a gay, non-binary, Muslim individual, Sudarto's intersections mean that they must continuously navigate their intersecting marginalised identities in various spaces and settings. Sudarto continues to use their academic knowledge, lived and living experiences to advocate for inclusion, equity and justice for individuals and communities with intersecting marginalities.

Sudarto and James worked collaboratively for *James Nguyen: Open Glossary*. New ideas and meanings were achieved through robust discussions and honest conversation. Sudarto and James were committed to place the intersectional voices of LGBTIQA+ from ethnic and migrant communities at the centre as part of decolonising the art space.

Kate ten Buuren

Kate ten Buuren is a Taungurung curator, artist and writer working on Kulin Country. Ten Buuren's cross-disciplinary practice investigates collective and collaborative ways of working, and her interest in contemporary visual art, film and oral traditions are grounded in self-determination, self-representation and the power of knowing one another.

Ten Buuren is the founder and active member of First Nations arts collective this mob who make space for young artists to connect and create on their own terms. this mob have curated exhibitions and produced programs at Arts House, Footscray Community Arts, West Space, Blak Dot Gallery, Melbourne Fringe Festival, YIRRAMBOI and more.

Ten Buuren currently works as Senior Curator at MAP Co, and has previously held curatorial positions at ACMI and the Koorie Heritage Trust. In 2022, she curated *How I See It: Blak Art & Film* at ACMI and co-curated *Collective Movements* at Monash University Museum of Art.

Ten Buuren is an alumni of the Wesfarmers Indigenous Arts Leadership program at the National Gallery of Australia, and Footscray Community Art's Emerging Cultural Leaders Program.

Chris Xu
Chris Xu is interested in how communities and technology shape each other. In the past, they have explored this as a researcher, as well as through working on projects such as *Letters for Black Lives; Awesome Foundation*, a global microphilanthropy network; and Bed-Stuy Strong, a neighbourhood-level mutual aid organisation that emerged during the COVID-19 pandemic.

Currently, they are based in New York and work on digital accessibility at Slack.

Contributor biographies

Nhung Đinh
Nhung Đinh is an independent artist, curator and filmmaker working with queer communities across multiple countries and languages. Many of her projects are collective works that are rooted in her approach to participatory and relational aesthetics in which her roles as facilitator, artist, curator, and organizer are embedded and fluid. She is the founder of *Bàn Lộn-Vagina Talks*- a public art and education project in Hà Nội, Việt Nam which consists of performances, workshops, and exhibitions.

Đinh presents female and queer stories that do not fit into heteronomative ideals or conform to Nationalistic narratives of citizenship and the erasure of queer voices from mainstream history. Through this practice, Đinh raises questions about how to create a space for alternative forms of expression that need to be both present and understood.

Nhung Đinh is most known for her two publications of *Chỉ Bàn Lộn: a lexicon of queer sexuality in Vietnam*, and work related to *Bãi Giữa Sông Hồng*.

Fayen d'Evie
Fayen d'Evie is an artist and writer, born in Malaysia, raised in Aotearoa New Zealand, and now living in the bushlands of unceded Jaara country, Australia. D'Evie's projects are often collaborative, and resist spectatorship by inviting audiences into sensorial readings of artworks. She is also the founder of independent imprint *3-ply*, which approaches artist-led publishing as an experimental site for the creation, dispersal, and archiving of texts.

Stéphanie Kabanyana Kanyandekwe
Stéphanie Kabanyana Kanyandekwe is a Rwandan-British composer and multidisciplinary storyteller and broadcaster working between Narrm/Melbourne, and Rwanda. Multiple forms of synaesthesia add a neurodiverse dimension to Stephanie's identity as a third culture individual. Stéphanie's research-based practice explores the construction and archiving of culture through transcription into experiential narratives.

Stéphanie's work focuses on layered and nuanced sensory engagement in installation and theatrical performance settings, referencing Rwandese storytelling styles alongside contemporary art music techniques from tertiary training in composition and performance practice. Stéphanie's interactive, tangible, story-telling format, enables cultural context to remain and be respected. Stéphanie writes and presents Passenger, a weekly show on the ABC Classic radio station, to a national and international audience.

Luke D King
Luke D King, a native Deaf artist on Wurundjeri land, is a versatile multidisciplinary creator. King's work encompasses paper-based works, portraiture, dance, performance, and collaborations. Notable for his involvement in *Next Wave* programs including the 2017 early-career program *Kickstart* and his exhibition at Bus Projects during Next Wave's 2018 festival. King has exhibited at galleries such as Tinning Street, Fort Heart Co, and Counihan Gallery. An advocate for Deaf artists, he's a driving force in Naarm's Deaf community, promoting inclusivity. King lends his expertise as an art consultant for Arts House, Chunky Move, Creative Victoria, and Merri-Bek council. Beyond, he educates, mentors, speaks, and facilitates, championing emerging artists and Deaf community aspirations. King holds an honours degree from the Victorian College of Arts, 2015.

Đỗ Tường Linh
Đỗ Tường Linh is a curator and art researcher based in Hà Nội, Việt Nam. She has engaged in various art exhibitions and projects in Vietnam, Southeast Asia and Europe since 2005. She is a fellow researcher for Site and Space in Southeast Asia — a research project run by the Power

Institute, University of Sydney, Australia funded by Getty Image Foundation, USA. She has participated in many prestigious international cultural arts programs such as 12th Berlin Biennale, Germany, 2022; Ljubljana Graphic Art Biennial, Slovenia, 2019; Association of Art Museum Curators conference, USA, 2019; Mekong Cultural Hub, Taiwan, 2018–2019; CIMAM International Museum Workshop, Norway, 2018; 2018; Tate Intensive, Tate Modern Museum, England, 2018. Some notable curated exhibitions include *Citizen Earth*, Hanoi, Vietnam, 2020; *The Foliage 3*, Vincom Center for Contemporary Arts (VCCA), Hanoi, Vietnam, 2019, *Geo-Resilience of the All-world* at La Colonie, Paris, France, 2018; *No War, No Vietnam*, Galerie Nord, Berlin, Germany, 2018. Linh holds a Bachelor of Arts in Art History and Theoretical Criticism from Vietnam University of Fine Arts and a Master of Art in Contemporary Art and Art Theory of Asia and Africa with an Alphawood Scholarship at the University of London, UK.

Dr Kirsten Lyttle
Dr Kirsten Lyttle is a Melbourne-based, Māori-Australian wāhine academic, artist and creative practice-led researcher (Iwi/tribe: Waikato, Waka/Canoe: Tainui, Hapū/Subtribe: Ngāti Tahinga). She is the inaugural Postdoctoral Research Fellow, Wominjeka Djeembana Research Lab, Monash Art, Design and Architecture, Monash University. Her primary research interests are Indigenous-centred methodologies and knowledge systems, and Indigenous customary art practices and their application to technologies such as photography and video.

Lyttle has exhibited widely in Australia and internationally. Recent highlights include *Slippery Images* curated by Maggie Finch as part of *Melbourne Now 2023,* National Gallery of Victoria; and the *9th TarraWarra Biennial, ua usiusi fa'ava'asavili*, curated by Dr Léuli Eshrāghi, TarraWarra Museum of Art.

Her work is held in numerous private collections and has been acquired by the National Gallery of Victoria, Melbourne; State Library of Victoria, Deakin University, Melbourne; Merri-bek City Council and the Patrick Corrigan AM collection.

Shelley McSpedden
Shelley McSpedden is Senior Curator at the Australian Centre for Contemporary Art (ACCA), Melbourne. Prior to joining ACCA, she was Senior Curator and Acting Artistic Director at Shepparton Art Museum (SAM), where she oversaw the development of the inaugural exhibition program and major commissions for the launch of the new landmark museum in 2021. Shelley has also held curatorial roles at the Australian Centre for the Moving Image (ACMI), Monash University Museum of Art (MUMA) and National Exhibitions Touring Support (NETS), as well as academic appointments at Monash University and RMIT. She has written extensively on contemporary art and edited several art publications. Shelley holds a PhD from the Art History and Theory program at Monash University.

Brooke Wandin
wa wa narrinik Brooke Wandin wurundjeri bagurrk woiwurrung dhumbu dulap

Brooke Wandin is a Wurundjeri woman, Woiwurrung researcher, educator, and artist. Since 2018, language research has been a key focus. During 2022, Wandin was a State Library of Victoria Indigenous Victorian Aboriginal Cultural Research Fellow, and during that time grew and expanded a database of Woiwurrung from archives and manuscripts.

Wandin explains, 'When researching I consolidate my connection to Ancestors and country, strengthening my identity. I continue the reciprocal relationship between people and place that has existed since time began. These interactions are always happening, in the here and now.'

Brooke Wandin teaches regularly at Healesville Primary School, and her most treasured time is with her cousins where she teaches Woiwurrung.

Lying = Nói dối
(Rối?)

Tangled Talk

ACCA acknowledgements

Project Team

Curator
Shelley McSpedden

Editor
Elyse Goldfinch

Exhibition Designer
Cherie Schweitzer

Rigging and
Fabrication
Simone Tops

Installation Team
Adam John Cullen
Kubota Fumikazu
Gala Jane Hazell
Casey Jeffery
Caeylen Norris
Jacob Raupach
Brian Scales
Nicholas Smith

Publication Designer
Matt Hinkley

Digital Wing
Technician
Rowan McNaught

Digital Designer
Thy Hà

Print
Adams Print

Dulux Paint Colours
Ticking
Vivid White

This sprawling, collaborative project would not have been possible without the support of many individuals and institutions. Firstly, ACCA would like to acknowledge the Copyright Agency for their incredible support of the *Open Glossary* exhibition and this accompanying publication. The Copyright Agency Partnerships (CAP) Commission provides a unique and significant opportunity for an Australian visual artist to produce and present a major new commission. We are so thrilled that through this initiative we have been able to realise this ambitious exhibition of new work by James Nguyen and collaborators. Our sincere gratitude also to the Ian Potter Foundation for its support of the digital components of this project, which have been developed as part of ACCA's Digital Wing, and to Exhibition Partner Dulux; and Media Partner 3RRR.

Our thanks to Luke D King and Fayen d'Evie, Stéphanie Kabanyana Kanyandekwe, Đỗ Tường Linh, Dr Kirsten Lyttle, Đinh Nhung, Brooke Wandin and Chris Xu for the rich and varied languages and perspectives they contributed to the *Open Glossary* publication.

We would like to acknowledge Exhibition Designer Cherie Schweitzer, along with fabrication and rigging specialist Simone Tops, for their skill and finesse in helping us realise the major new commissions for *Open Glossary.* Likewise, we thank Thy Hà for her beautiful design of the digital components for this project.

Our gratitude to Rivadu Silva, Sasja Sÿdek and Michael Tian for their personal reflections, which feature in the exhibition. Thanks to Matthew Carey, Liz Chang, Peter Hughes, Andrew and Margaret McSpedden, Abigail Moncrieff and Savers Footscray for their donation of white shirts for inclusion in the exhibition, along with James' Aunty Nguyễn Thị Kim Nhung for sourcing hundreds more shirts. Thanks also to Jasmine Babayan, Gala Hazell, China Paul, Sinéad Wheeler and, especially, Dom Viggiani for their assistance in fashioning those shirts into a monumental artwork. And our deep appreciation to James' Mum, Nguyễn Thị Kim Dung, for crafting the fabric angle allies that stand guard over ACCA's exhibition space.

The presentation of such a multifaceted exhibition and associated programs involves each and every member of ACCA's team. We would like to acknowledge them all, especially ACCA's wonderful installation team, who have overseen the production and installation of *Open Glossary*, and thank them for bringing it to life with such care and professionalism.

Finally, it has been a real joy to work with James Nguyen and his collaborators, Tamsen Hopkinson, Budi Sudarto, Kate ten Buuren and Chris Xu – we thank them for their inspirational work, good conversations and yummy snack times.
—SMc

Artist acknowledgements

Artistic collaborators
Tamsen Hopkinson
Kate ten Buuren
Budi Sudarto
Chris Xu

Text contributors
Fayen Ke-Xiao d'Evie & Luke King
Stéphanie Kabanyana Kanyandekwe
Đỗ Tường Linh
Kirsten Lyttle
Đinh Nhung
Brooke Wandin
Chris Xu

Digital designer
Thy Hà

ACCA team
Shelley McSpedden
Max Delany
Elyse Goldfinch
Matt Hinkley
Lauren Simmonds

***Open Glossary* contributors**
Michael Tian
Ravidu Silva
Budi Sudarto
Sasja Sÿdek
James Nguyen

Research supervisors
Jennifer Biddle
Verónica Tello

Valued friends and contributors
Chung Nguyen
Elyas Alavi
Vipoo Srivilasa
Ciaran Begley
Rachel Simmons (Smithies)
Simone Tops
Simon Colon
Damian Gibney
Nguyễn Thị Kim Nhung
Du Huỳnh
Nguyễn Thị Kim Dung
Nguyễn Ngọc Cu
Joey Nguyễn
Georgia Banks
Kezia Yap
Victoria Pham
Cyrus Tang
Sophia Cai
Andrew Barton
Brian Martin
Harry Lee Shang Lun 李尚倫
Stephanie Misa
Kianna Edisane
Helen Hughes
Hoàng Trần Nguyễn
Phuong Ngo
Nikki Lam
Sheila Pham
Nikos Papastergiadis
Michelle Antoinette
Ross Gunn
Zoë Sydney
Jacqueline Skewes
Xi Liu
Abigail Moncrieff
Tracy Burgess
Mark Feary
Sharon Flynn
Ian Bunyi

Partners
Copyright Agency
ACCA

Supporters
Gertrude Contemporary for providing studio space
Footscray Community Arts and artist studios
AGMC Inc – the Australian LGBTIQ Multicultural Council
RMIT University, Australia, School of Global, Urban and Social Studies
State Library of Victoria for free recording studios
Ananda Training and Consultancy
Reverse Art Truck Inc, Ringwood
Kim Long Discount Chester Hill
The many individuals, communities and networks who donated their white shirts

All images courtesy the artist

Staff and Donors

ACCA Board
John Denton, Chair
Fayen d'Evie
Alana Kushnir
Sarah Lynn Rees
Andrew Taylor
Gordon Thomson
Dr Terry Wu

Yalingwa Directions Circle
Aunty Joy Murphy Wandin AO (Chair)
Kylie Belling
Belinda Briggs
Hetti Perkins
Hannah Presley

Associate Elder
N'arweet Carolyn Briggs AM

ACCA Staff
Max Delany
Artistic Director & CEO

Claire Richardson
Executive Director

Laura De Neefe
Director, Development & Engagement

Shelley McSpedden
Senior Curator

Jessica Clark
Curator

Elyse Goldfinch
Curator, Public Programs & Publications

Samantha Vawdrey
Exhibitions Manager

Margaret Stern
Operations Manager

Badra Aji
Visitor Experience Manager

Grace Fraraccio
Development & Digital Content Coordinator

Felicia Pinchen-Hogg
Education Manager

Minna Lappalainen
Education & Access Coordinator

Lauren Simmonds
Artist Educator

Maggie Tan
Accounts Coordinator

Matt Hinkley
Designer

Katrina Hall
Publicist

Visitor Experience Coordinators
Arini Byng
Monique Chiari
Emily Hubbard
Ponie Curtis
Ruth Cummins

Visitor Experience Team
Nicholas Anderson
Beatrice Gabriel
Danielle Goder
Dhariz Manalo
Jacinta Maude
Leah Nathan
Luka Rhoderick
Dominique Viggiani
Beatriz Airah Yu

Educators
Suzannah Griffith
Mimmalisa Trifilo

Volunteers
Jasmine Babayan
Xiyu Bi
Meg Bielby
Alec Bolwell
Amanda Chamsay
Jess Chow
Emily Crawford
Jessica Ebeyer
Lucy Eidelson
Arty Foulkes
Flora Harpley Green
Harper Hamilton-Grutzner
Gala Hazell
Enya Hu
Jasmine Jafari
Bambi Johnson
Alissa Lad
Simone Lee
Yueyao Li
Songwen Luo
Maria McGowan Grace
Chanthicha Meekun-iam
Declan Monaghan
Julie Monaghan
Matilda Mourant
Bo-dene Mu
Amy Naylor
Lauren Nevard
Kirra Niner
Mara O'Keeffe
Elyse O'Neill
Shaarn Pateman
Phillip Patterson
China Paul
Meyrick Payne
Mikayla Poon
Yongpin Ren
Moksha Richards
Mythra Sage
Katinka Samuel
Crystal Schubert
Daniel Song
CJ Starc
Sylva Storm
Andari Suherlan
Scarlet Sykes Hesterman
Josh V.E.
Chloe Vella
Dominique Viggiani
Indiana Wells
Sinéad Wheeler
Anna Xiang
Yuji Zou

ACCA Donors

Visionary
The Macfarlane Fund
J. Andrew Cook
& Prof. Wendy Brown
Vivien & Graham
Knowles

Champion
Michael
& Janet Buxton
John Denton
& Susan Cohn
Bruce Parncutt AO
Megan Ponsford
& Noel Fermanis
Prescott Family
Foundation
Michael Schwarz
& David Clouston
Dr Terry Wu & Dr
Melinda Tee

Guardian
Lesley Alway
& Paul Hewison
Australia China Art
Foundation
Sam & Tania
Brougham
Rosemary Forbes
& Ian Hocking
Judith & Leon Gorr
Marita & James Lillie
Emeritus Professor
Margaret Plant
Frank Pollio
Porsche Cars
Australia Pty Ltd
Craig Semple
Chris & Cheryl
Thomas
Marita Onn
& John Tuck
Rosemary Walls

Patron
Anthony
& Michele Boscia
Paul & Samantha
Cross
Georgia Dacakis
Sophie Gannon
Rachel Griffiths
& Andrew Taylor
Lou & Will McIntyre
Mark Nelson
Jan van Schaik
Sarah & Ted Watts
Anonymous (2)

Friend
Paul Auckett
Lyn & Rob Backwell
Professor Andrew
Benjamin
Beth Brown
Bird de la Coeur
Architects
Ingrid Braun
Jon & Gabrielle
Broome
Sue Dodd
Jane Hemstritch
Alana Kushnir
& Shaun Cartoon
Launch Housing
Elizabeth Leslie
Gene-Lyn Ngian
& Jeffrey Robinson
Drew Pettifer
Sue Rose
& Alan Segal
Susan M Renouf
Jane Ryan
& Nick Kharsas
Steven Smith
Jennifer Strauss AM
Fiona Sweet
& Paul Newcombe
Irene Sutton
Noel & Jenny
Turnbull
Lyn Williams AM
Anonymous (5)

Contemporary
Sally Browne AM
Elly Fink
Emily Floyd
Lesa-Belle
Furhagen
Vida Maria Gaigalas
Nicholas Lolatgis
Angela Rutherford
& Vincenzo Giarrusso
Allan & Eva Rutman
Dr Nigel Simpson
Anonymous (3)

Enthusiast
Sandy & Damian
Abrahams
Julia Gardiner
John McNamara
Kenneth W Park
Raffaele Cotroneo
Anonymous (4)

Exhibition Partners

Presenting Partners

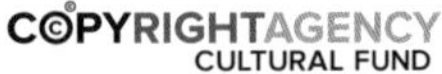

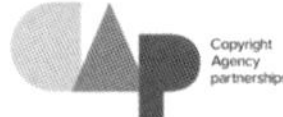

Exhibition Partners

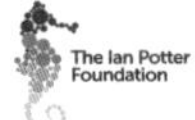

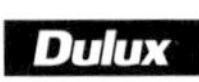

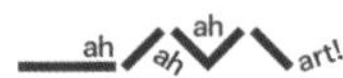

Lead Media Partner

The Saturday Paper

Media Partner

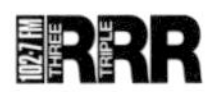

This project is presented in partnership with the Copyright Agency as part of the 2023 Copyright Agency Partnerships (CAP) Commission, supporting mid-career and established Australian visual artists to produce a major new commission. The first in the series was TextaQueen's *Bollywouldn't* at the 4A Centre for Contemporary Asian Art's Haymarket gallery.

ACCA Partners and Supporters

ACCA Government Partners

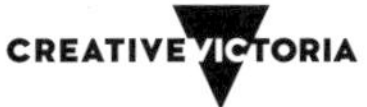

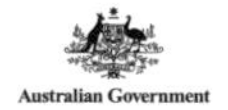

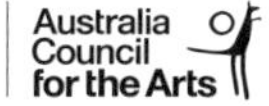

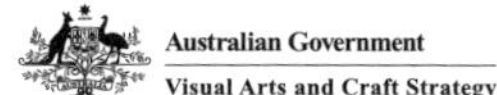

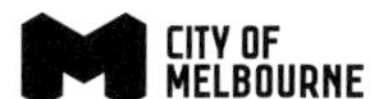

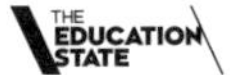

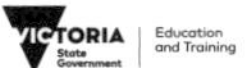

Network Partners

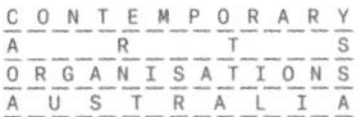

Partners

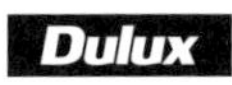

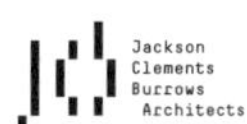

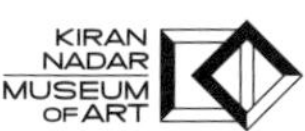

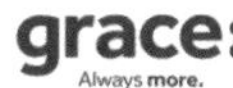

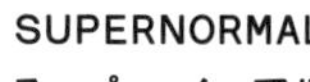

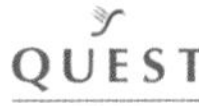

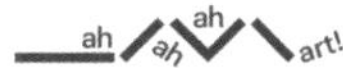

Media Partners

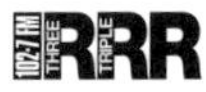

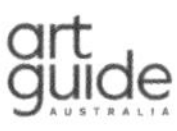

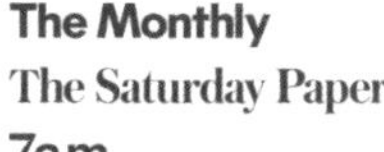

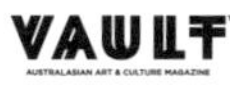

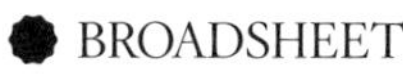

Event Partners

firecracker event.

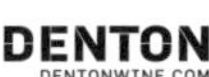

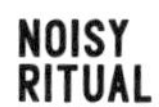

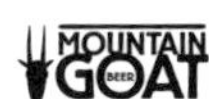

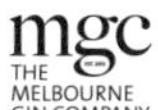

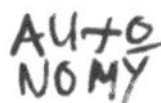

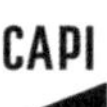

Trusts and Foundations

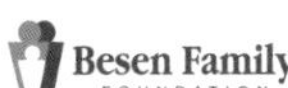

COPYRIGHT AGENCY CULTURAL FUND

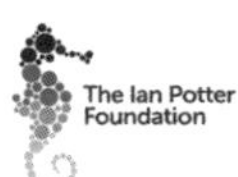

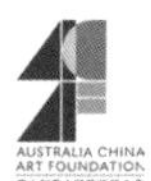

Supporters

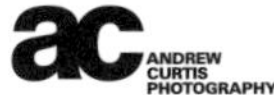

ACCA acknowledges the generous support of various government, philanthropic and corporate organisations that enable ACCA to continue to impact artists and audiences. In particular, we acknowledge the Australian Government through the Australia Council, its principal arts funding and advisory body; the Victorian Government through Creative Victoria; as well as the support of City of Melbourne.

ACCA acknowledges the Wurundjeri Woiwurrung people as sovereign custodians of the land on which we work and welcome visitors, along with the neighbouring Boonwurrung, Bunurong, and wider Kulin Nation. We acknowledge their longstanding and continuing care for Country and we recognise First Peoples art and cultural practice has been thriving here for millennia. We extend our respect to ancestors and Elders past and present, and to all First Nations people.

James Nguyen: Open Glossary

Australian Centre for Contemporary Art
16 September – 19 November 2023

Curator: Shelley McSpedden

Published 2023

ISBN: 978-0-6458328-2-2

Australian Centre for Contemporary Art
111 Sturt Street
Southbank VIC 3006
Melbourne, Australia
acca.melbourne

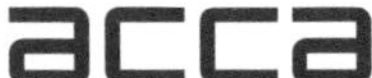